நிலவுக்குள் பயணம்

சந்திரயான்: அறியப்படாத உண்மைகள்

முனைவர் த.வி. வெங்கடேஸ்வரன்

பாரதி
புத்தகாலயம்

NILAVUKKUL PAYANAM
DR.T.V.Venkateshwaran
First Published: 2010
Third Print: February, 2022

Published by:
BHARATHI PUTHAKALAYAM
7, Elango Salai, Teynampet, Chennai - 600 018
Email: thamizhbooks@gmail.com | www.thamizhbooks.com

நிலவுக்குள் பயணம்

முனைவர் த.வி.வெங்கடேஸ்வரன்

முதல் பதிப்பு: 2010 | மூன்றாம் அச்சு: பிப்ரவரி, 2022

வெளியீடு:

பாரதி புத்தகாலயம்

பாரதி புத்தகாலயம்
7, இளங்கோ சாலை, தேனாம்பேட்டை, சென்னை - 600 018. தொலைபேசி: 044 24332424, 24356935 விற்பனை : 24332924
விற்பனை நிலையங்கள்

மதுரை: 37A, பெரியார் பேருந்து நிலையம் - 045 22324674| **ஈரோடு:** 39: 39 ஸ்டேட் பாங்க் சாலை - 9245448353 | **திண்டுக்கல்:** பேருந்து நிலையம் - 9942331105, 9976053719 | **பழனி:** பேருந்து நிலையம் அருகில் - 9442883696 | **திருப்பூர்:** 447, அவினாசி சாலை - 9486105018 | **சேலம்:** பாலம் 35, அத்வைத ஆஸ்ரமம் சாலை 0427 2335952 | **திருவல்லிக்கேணி:** 48, தேரடி தெரு - 9444428358 | **வடபழனி:** பேருந்து நிலையம் எதிரில் அடையார் **ஆனந்தபவன் மாடியில்** - 9444476967 | **பெரம்பூர்:** 52, கூக்ஸ் ரோடு - 9444373716 | **திருவாரூர்:** 35, நேதாஜி சாலை - 9442540543 | **சேலம்:** 15, வித்யாலயா சாலை சாலை | **திருநெல்வேலி:** 25A, ராஜேந்திரநகர் - 9442149981 | **அருப்புக்கோட்டை:** 31, அகமுடையார் மஹால் - 9994173551 | **மதுரை:** சர்வோதயா மெயின்ரோடு | **குன்னூர்:** N.K.N வணிக வளாகம் பெட்போர்ட் | **செங்கல்பட்டு:** 1 D ஜி.எஸ்.டி சாலை - 044 27426964 | **விருதுநகர்:** 131, கச்சேரி சாலை - 0456 2245300 | **கும்பகோணம்:** 352, ரயில் நிலையம் எதிரில் - 9443995061 | **வேலூர்:** பேஸ் III, சத்துவாச்சாரி - 9442553893 | **நெய்வேலி:** பேருந்து நிலையம் அருகில், - 9443659147 | **தஞ்சாவூர்:** காந்திஜி வணிக வளாகம் காந்திஜி சாலை - 9655542400 | **கோவை:** 77, மசக்காளிபாளையம் ரோடு, பீளமேடு - 8903707294 | **திருச்சி:** வெண்மணி இல்லம், கரூர் புறவழிச்சாலை - 9994289492 | **திருவண்ணாமலை:** முத்தம்மாள் நகர் | **நாகர்கோவில்:** 699 கே.பி.ரோடு R.V.புரம் - 9443450111 | **சிதம்பரம்:** 22A / 18B தேரடி கடைத் தெரு, **கீழவீதி அருகில்** - 9994399347 | **கரூர்:** நாரத கானசபா அருகில் (TNGEA OFFICE)- 9442706676 | **காரைக்குடி :** 12, 2 வது தெரு, கம்பன் மணிமண்டபம் பின்புறம் - 9443406150 | **பாண்டிச்சேரி :** கிழக்கு கடற்கரைச் சாலை, இலாசுப்பேட்டை, 9486102777 | **அருப்புப்கோட்டை :** கதவுஎண் 49A/4 ஐம்பதூர் தேவாங்கர் உறவின்முறை கட்டிடம் முதல் தளம்

நினைத்த நூல்கள்... நினைத்த நேரத்தில்... BharathiTV | www. bookday. in

thamizhbooks.com | 8778073949

அச்சு: பிரிண்டெக், சென்னை-5.

முன்னுரை

பகல்பொழுதில் வானின் தனிக்காட்டு ராஜா சூரியன். இரவிலோ விண்மீன்களுக்கிடையில் பவனி வரும் நிலவுதான் ராஜா. அச்சம் தரும் இரவில் ஒளிவீசி இருட்டை அகற்றும் நிலவு எக்காலத்திலும் எல்லோராலும் போற்றப்பட்டது. நிலவின் அழகு எவரையும் அதன்பால் ஈர்க்கும் என்பதில் வியப்பில்லை.

முற்காலத்தில், அறிவியல் வளர்ச்சியுறாத காலகட்டத்தில் நிலவைப் பல சமூகங்கள் கடவுள் என பாவித்துள்ளன. குறைந்தபட்சம் நிலவு கடவுளரின் இருப்பிடம் என்றாவது கற்பனை செய்துள்ளனர். இந்தியாவில் நிலவுதான் பிதுர்களின் (முன்னோர்களின்) இருப்பிடம் என்றும், நிலவு கலைகலையாக குறையும்போது பிதுர்கள் அங்கு கூடுவர் என்றும் கருதினர். எப்படி இருப்பினும் நிலவு நம் மீது தாக்கம் செலுத்துகிறது என்பதை மட்டும் முன்னோர்கள் தெளிவாக அறிந்திருந்தனர்.

இரவில் ஒளி தந்தது நிலவு. நிலவே உதிக்காத அமாவாசை அன்று கும்மிருட்டாக, அச்சமூட்டுவதாக இரவு அமைந்திருந்தது என்பதை முன்னோர்கள் அறிந்திருந்தனர். ஏனைய நாட்களில், அதுவும் குறிப்பாக முழு நிலவு (பௌர்ணமி)க்கு முன்பும் பின்பும் இரவு பால்ஒளியில் ஒளிர்ந்தது. பொதுவாக முழு நிலா நாட்கள் போற்றப்பட்டன. இன்று செயற்கை மின்விளக்குகள் இரவைப் பகலாக்கிவிட்ட பிறகு நிலவின் அருமை நமக்கு அவ்வளவு விளங்காமல் இருக்கலாம். ஆனால் அந்தக் காலத்தில் நிலவே இரவின் வெளிச்ச விளக்கு.

அது மட்டுமல்ல, நிலவு கலை கலையாகப் பிறை வளர்ந்தும் தேய்ந்தும் செல்வது நாட்கள் நகர்ந்து போவதைக் குறிக்க எளிதான குறியாக அமைந்தது. நிலவின் இந்த இயக்கம் - பிறை வளர்தல் தேய்தல்தான் 'மாதம்' என கணக்கிடப்பட்டது. 'சந்திரமா மாசக்கிரியா நிலவே மாதத்தைத் தோற்றுவிக்கிறது என ரிக்வேதம் கூறுவது கவனிக்கத்தக்கது. தமிழ் இலக்கியங்கள் நிலவைத் திங்கள் (மாதம்) என குறிப்பிடுவதும் கவனிக்கத்தக்கது. சூரியன் உதிப்பதும் மறைவதும் நாள் என்ற காலத்தைக் காட்டியதைப் போல இரவு வானில் நிலவின் கலையும் ஓரளவு காலத்தைச் சுற்றி நின்றது. கற்கால நாகரிகம் பலவற்றிலும் நிலவின் பிறை வளர்ந்து தேய்வது குறிக்கப்பட்டு கணக்கு இடப்பட்டதற்கான தடயங்கள் உள்ளன. இந்தியாவில் அந்தமான் நிக்கோபர் தீவுகளில் சுமார் 10,000 ஆண்டுகளுக்கு முற்பட்ட எலும்பு கத்தியில் நிலவின் வளர்பிறை தேய்பிறைகளுக்குப் பால் கணக்கு போல கோடு இட்டுக் கணக்கிடப்பட்ட முறை குறிக்கப்பட்டுள்ளது.

கடற்கரைப் பகுதியில் வாழ்வோருக்கு நிலவின் இயக்கம் கடல் மீது செலுத்திய தாக்கம் கண்கூடு. அமாவாசை அன்று அலை அதிகம் என்பது வழக்கு. அன்று நிலவும் சூரியனும் ஒருசேர கடல் நீரைக் கவர்ந்து இழுத்துக் கடல் பொங்கும். அதுபோல நிலவு தலைக்கு மேலே உள்ள சமயத்தில் கடல் மட்டம் உயரும். (கடல் ஏற்ற இறக்கம் எனக் கூறுவர்) இவ்வாறு நிலவு நமது முன்னோர்கள் வாழ்வில் பின்னிப் பிணைந்திருந்தது..

எனவேதான் விண்வெளி யுகம் தொடங்கியதும் முதன்முதல் விண்வெளி சாகசங்கள் நடந்தது நிலவில். சோவியத் யூனியன் (ரஷ்யா), அமெரிக்கா ஆகிய இரு நாடுகள் 1950-1970களில் நிலவை விண்கலம் கொண்டு ஆராய்ந்தன. பின்னர் 2003-04இல் ஐரோப்பிய விண்வெளி அமைப்பு Smart-1 என்ற விண்கலத்தை நிலவுக்கு

அனுப்பியது. ஜப்பான் கயூகா (செலனே) என்ற விண்கலத்தை 2007 செப்டம்பரிலும், சாங்கோ என்ற விண்கலத்தை சீனா அக்டோபர் 2007லும் அனுப்பியது. அக்டோபர் 2008இல் இந்தியாவின் சந்திரயான் நிலவை எட்டியது.

சந்திரயான், நிலவு முதலியவை குறித்து எளிய முறையில் விளக்குவதே இந்தச் சிறு நூலின் குறிக்கோள். கலீலியோ தொலைநோக்கு மூலம் வானவெளியைக் கண்ட 400ஆம் ஆண்டு 2009. இதை சர்வதேச விண்வெளி ஆண்டு எனக் கொண்டாடுகிறார்கள். இந்த நூல் சந்திரயான் மற்றும் சர்வதேச விண்வெளி ஆண்டை ஒட்டி வெளியிடப்படுகிறது.

த.வி.வெங்கடேஸ்வரன்
புதுதில்லி

உள்ளே...

1

நிலவு : பையோடேட்டா

சூரியக் குடும்பத்தில் புவியுடன் மொத்தம் எட்டுக் கோள்கள் உள்ளன. இதில் புதன், வெள்ளி முதலியவற்றிற்கு துணைக்கோள்கள் இல்லை. செவ்வாய்க்கு இரண்டு, வியாழனுக்கு 70க்கும் மேல், சனிக்கு 60க்கும் மேல், யுரேனஸ் நெப்டியூனுக்கு

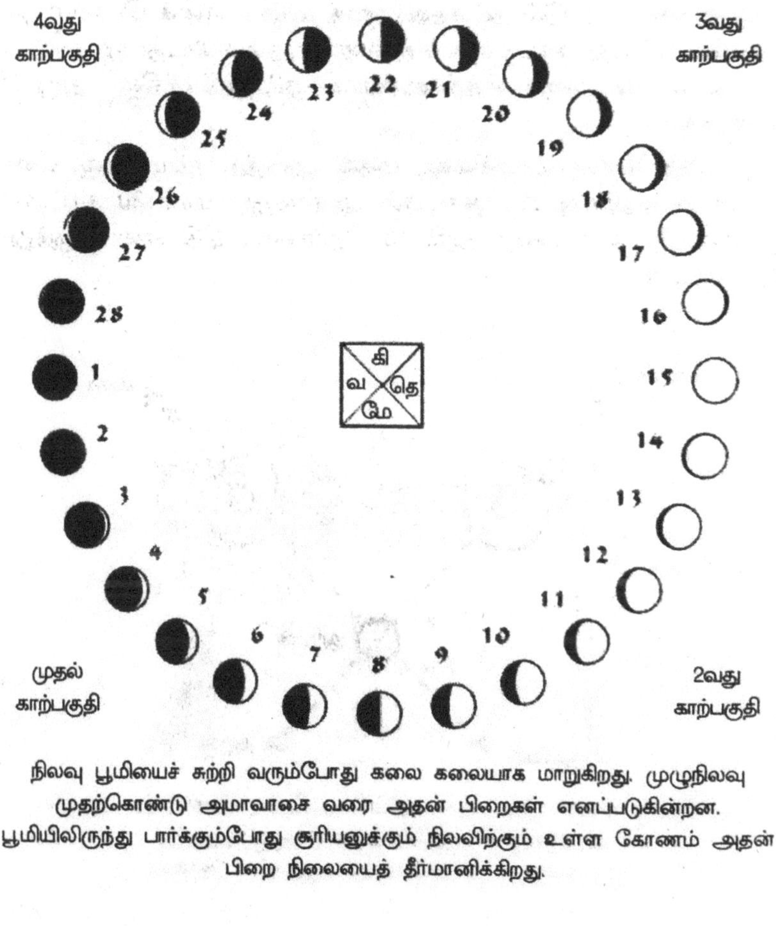

நிலவு பூமியைச் சுற்றி வரும்போது கலை கலையாக மாறுகிறது. முழுநிலவு முதற்கொண்டு அமாவாசை வரை அதன் பிறைகள் எனப்படுகின்றன. பூமியிலிருந்து பார்க்கும்போது சூரியனுக்கும் நிலவிற்கும் உள்ள கோணம் அதன் பிறை நிலையைத் தீர்மானிக்கிறது.

5-10 என அதிகமான என துணைக்கோள்கள், ஆனால் ஒன்னே ஒன்னு கண்ணே கண்ணு என்பது போல ஒரே ஒரு துணைக்கோள் புவிக்கு. அதுதான் நிலா.

நிலவு புவியைச் சுற்றிவர 27% நாட்கள் எடுக்கிறது. ஆனால் முழு நிலவிலிருந்து அடுத்த முழுநிலவு வரை ஆகும் காலம் சுமார் 29% நாட்கள் ஆகும். இந்தியப் பாரம்பரியத்தில் 27 நட்சத்திரங்கள்' என குறிப்பது நிலவு புவியைச் சுற்றிவர எடுக்கும் 27 நாட்களை வைத்துதான். ஒவ்வொரு நாளும் நிலவு ஒரு குறிப்பிட்ட பிரகாசமான சிறப்பு விண்மீனுக்கு அருகில் இருக்கும். அந்த நாள் அந்த நட்சத்திரம் என அடையாளப்படுத்தினர் முன்னோர்கள். சந்திர நாள்காட்டியில் முழுநிலவு எந்த நட்சத்திரத்தில் ஏற்படுகிறதோ அதை அந்த மாதம் எனக் கொண்டனர் (சில பண்பாட்டில் முழுநிலவுக்கு பதிலாக அமாவாசை ஏற்படும் நட்சத்திரத்தை மாதம் எனக் கொள்வதும் உண்டு). எடுத்துக்காட்டாக சித்திரை மாதம் என்பது முழு நிலவு நிகழும்போது நிலவு சித்திரை(spica) நட்சத்திரத்தின் அருகில் அமையும்..

அதுபோல முழுநிலவு முதல் அடுத்த முழுநிலவு வரை உள்ள காலஅளவு 29.5 நாட்கள் அதாவது சுமார் 30 நாட்கள். இதனை 15 வளர்பிறை திதி, 15 தேய்பிறை திதி என வகுத்துக் கொண்டனர்.

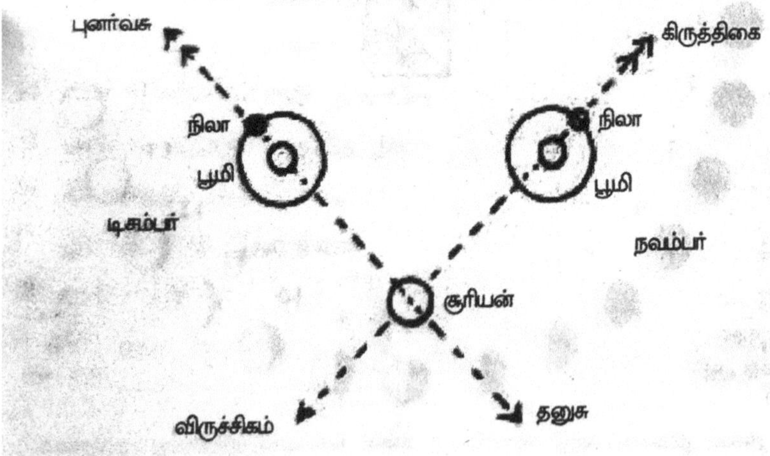

ஒவ்வொரு நாளும் நிலவு ஒரு குறிப்பிட்ட சிறப்பு விண்மீனின் அருகே காணப்படும். அதுவே அந்நாளின் நட்சத்திரம். அதுபோல 27 நட்சத்திரங்கள் வகுக்கப்பட்டுள்ளன.

செவ்வாய், வியாழன், சனி போன்ற கோள்களை எடுத்துக் கொண்டால் கோள் நிறை மற்றும் துணைக்கோள் (நிலவு) நிறைவிகிதம் 1/1000 என அமைகிறது. ஆனால் நிலவோ புவியின் 1/80 நிறை கொண்டு அமைந்துள்ளது. புளூட்டோவை விட பெரியது நிலவு. அதன் பருமன் 3474 கி.மீ. ஆகும்.

நிலவின் மேல்ஓடு சராசரி 73.4 தடிமன் வாய்ந்தது என்றாலும் புவிநோக்கிய நிலவுப்பகுதியில் மேல்ஓடு 64 கி.மீ. தடிமன் மட்டுமே. ஆனால் மறுபுறம் அதன் தடிமன் 86 கி.மீ. நிலவின் மொத்த நிறையில் 12.37சதவீதம் மேல்ஓட்டில் விரவிக் கிடக்கிறது.

மையக் கரு, இடை அடுக்கு, மேல் அடுக்கு என தெளிவான பிரிவாக நிலவின் அமைப்பு இல்லாவிட்டாலும், அதன் உள் பொருட்களின் அடர்த்தி சரிசமமாகப் பரவியபடி இல்லை. புவியின் ஈர்ப்பு சக்தி 968000 மில்லி கலிலியோ (ஈர்ப்பு சக்தி அலகு ஆகும். ஆனால் நிலவின் ஈர்ப்பு சக்தியோ சராசரி 160000 மில்லி கலிலியோ தான். அதாவது நிலவின் ஈர்ப்புசக்தி புவியைவிட ஆறில் ஒரு பங்குதான். வேறு வகையில் கூறப்போனால் புவியில் 6 கிலோ எடையுடைய ஒரு பொருள் நிலவில் சுமார் 1 கிலோ எடைதான் இருக்கும். நிலவின் சில

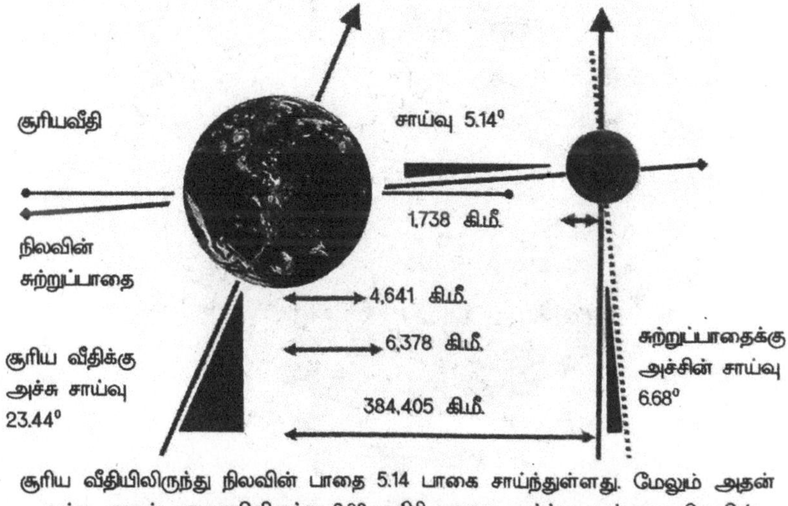

சூரிய வீதியிலிருந்து நிலவின் பாதை 5.14 பாகை சாய்ந்துள்ளது. மேலும் அதன் அச்சு அதன் பாதையிலிருந்து 6.68 டிகிரி பாகை சாய்ந்து உள்ளது. நிலவின் ஆரம் 1738 கி.மீ.

பாறைத்தளங்கள் சுமார் +125 மில்லி கலிலியோ கூடுதல் ஈர்ப்பு சக்தி பெற்றுள்ளன. லூனார் பிராஸ்பெக்டர் எனும் விண்கலம் சுமார் 900 மில்லி கலிலியோ வரையிலான வேறுபாடுகளை இனம் கண்டுள்ளது. எனவே நிலவின் உள்ளே சரிவிகிதமாக பொருட்கள் விரவிக் காணப்படவில்லை. ஆங்காங்கே நிறையுள்ள பொருட்கள் மிகுந்துள்ளது என்று புலனாகிறது. உடம்பில் கட்டி உள்ளது போன்று நிலவினுள்ளும் பொருட்கள் ஆங்காங்கே திரட்சி பெற்றுள்ளன.

புவியின் வட தென் துருவ பகுதிகளில் ஆறு மாதம் பகல் ஆறு மாதம் இரவு என கேள்விப்பட்டிருக்கிறோம். அதுபோல, 27 நாட்களுக்கு ஒருமுறை தன்னைத் தானே சுற்றிச் சுழலும் நிலவில் சுமார் 13 நாள் பகல் 13 நாள் இரவு என அமையும்.

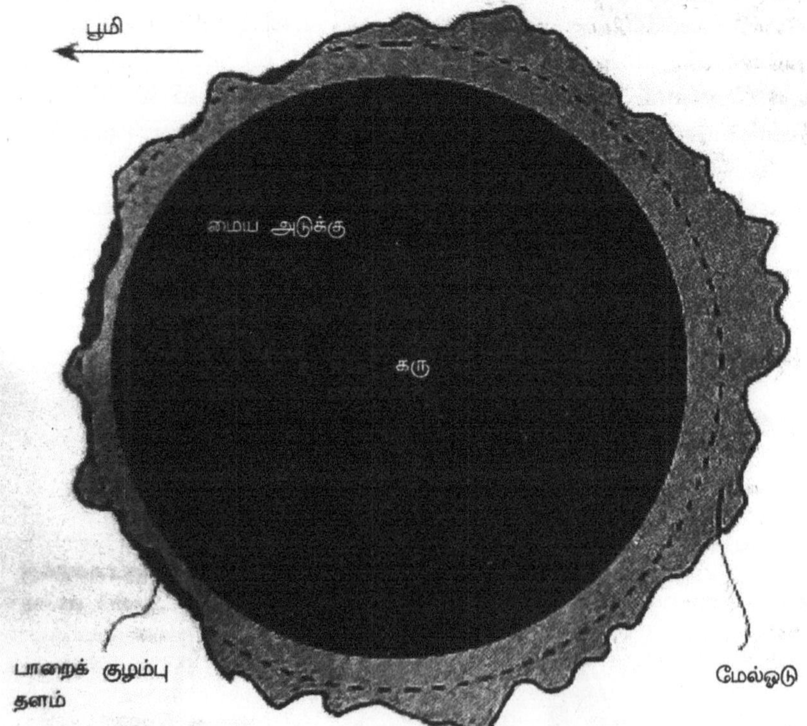

நிலவின் குறுக்கு வெட்டுத் தோற்றம் : புவி நோக்கிய மேல் ஓடு தடிமன் குறைவாகவும், மறுபுறம் தடிமன் அதிகமாகவும் உள்ளது.

வளிமண்டலம் அற்ற நிலவில் உச்சிவெயில் சமயத்தில் +120 டிகிரி வெப்பம் அமையும். அதே சமயம் கும்மிருட்டுப் பகுதியில் -130 டிகிரி கடும் குளிர் நிலவும். சூரியஒளி படராத துருவப்பகுதியில் சில இடங்களில் -230 டிகிரி உறைகுளிர் நிலவும். இக்கடும்குளிர் பகுதியில் உறைபனியாக நீர் இருக்கலாம் என்ற அனுமானம் உண்டு. சமீபத்திய விண்கல ஆய்வுகள் குழிப் பகுதிகளில் நீர் இருப்பதற்கான துவக்க நிலை ஆதாரங்களைச் சுட்டிக்காட்டியுள்ளன.

நிலவு புவியைச் சுற்றும் பாதை நீள்வட்டம் என்றாலும் தோராயமாக வட்டப் பாதைதான். அதனதன் பொதுவழக்கில் இல்லாத தன்மை (eccentricity) வெறும் 0.055தான். அதன் அண்மைப் புள்ளி 3,63,300 கி.மீ. சேய்மைப் புள்ளி 4,05,500 கி.மீ. சூரியவீதிக்கு 5.14 டிகிரி பாகை சாய்வாக நிலவு சுற்றுகிறது. புவியின் அச்சு 23.4 டிகிரி பாகை சாய்வாக உள்ளது. ஆகையால் புவியின் நிலநடுக்கோட்டிற்கு 18 டிகிரி பாகை முதல் 29 டிகிரி பாகை வரை சாய்வாக நிலவுப் பாதை அமையும். பூமி சூரியனைச் சுற்றும் தளம் அதாவது சூரிய வீதியை இரண்டு புள்ளிகளில் நிலவுப்பாதை வெட்டும். இந்த இரண்டு புள்ளிகளும் ஒரே நேர்கோட்டில் அமையும். சுமார் 18.61 ஆண்டுக்கு ஒருமுறை இந்த நேர்கோடு விண்ணில் சுழன்று வரும்.

பூமியின் அச்சு 23.5 டிகிரி பாகை சாய்வாக உள்ளது. இதன் காரணமாகவே புவியின் துருவப் பகுதிகளில் சூரியஒளி படருகிறது. ஆறு மாதம் பகல் ஆறு மாதம் இரவு என அமைகிறது. ஆனால், நிலவின் நடுக்கோடு சூரியவீதிக்கு 1.5 பாகை டிகிரி மட்டுமே சாய்வாக உள்ளது. எனவே நிலவின் துருவப் பகுதிகளில் சூரிய வெயில் சுட்டெரிக்காது. துருவப் பகுதிகளில் சூரியவெப்பம் பட்டும் படாமலும் செல்லும். துருவப் பகுதிகளில் சூரியன் சற்றேறக்குறைய அடிவானத்தில்தான் புலப்படும். ஆகவே துருவப்பகுதிகளில் உள்ள ஆழ் பள்ளங்களில் சூரியஒளி படாத பகுதிகள் உண்டு. எப்போதும் நிழல் இருள் சூழ்ந்த பகுதி இவை. நிழல் சூழ்ந்த இந்த இரவுப் பகுதிகளில் நீர் பனியாக உறைந்து கிடக்கலாம் என அறிஞர்கள் கருதுகின்றனர். விண்வெளியிலிருந்து அவ்வப்போது பாயும் வால் நட்சத்திரங்கள் நீர் செறிந்தவை. இவை படிந்து நிலவின் துருவப் பகுதிகளில் நீர் காணக் கிடைக்கலாம் என கருதுகின்றனர். இந்தியாவின் நிலவு ஆய்வுக்கலம் சந்திரயான் இந்த நீரைத் தேடி ஆய்வு செய்துள்ளது.

	நிலா	பூமி
நிறை (10^{24} கிலோ)	0.07349	5.9736
கொள்ளளவு (10^{10} km^3)	2.1958	108.321
நிலநடுக்கோட்டின் விட்டம்	1738.1	6378.1
துருவப்பகுதி விட்டம்	1736.0	6356.0
அடர்த்தி (kg/m^3)	3350	5515
ஈர்ப்புசக்தி (m/s^2)	1.62	9.80
விடுபடு முடுக்கு வேகம் (km/s)	2.38	11.2

புவியைப் போல் நிலவுக்கு வளிமண்டலம் இல்லை. மொத்தம் 25,000 கிலோ எடை உடைய மெல்லிய வளிமண்டலம் நிலவில் உள்ளது. உள்ளபடியே இது புவியில் நாம் ஏற்படுத்தும் வெற்றிடத்தின் அடர்த்தி போலத்தான். வெகு குறைவாகவே வளிமண்டலப் பொருட்கள் உள்ளன.

நிலவின் சராசரி அடர்த்தி $3.3491cm^3$. புவியின் அடர்த்தி $5.2591cm^2$. எனவே பூமியைவிட வெகு வித்தியாசமான பிண்டம் நிலவு. சூரியக் குடும்பத்தில் அங்கும் இங்கும் பாயும் விண்கற்களின் அடர்த்தி சுமார் 3.5 முதல் $3.651cm^2$ வரை உள்ளது என்பது குறிப்பிடத்தக்கது. நிலவின் அடர்த்தி இதனை ஒத்துள்ளது என்பதும் கவனிக்கத்தக்கது.

நிலவைத் தமிழில் சந்திரன் அல்லது மதி என்றும் அழைப்பார்கள். அதுபோல திங்கள், தாலைன், அம்புலி எனவும் அழைப்பதுண்டு. நிலவின் ஒளி தண்ணீர்போல் குளிராக இருப்பதால் இதனைத் தண்கதிர் எனவும் பைங்கதிர் எனவும் புதன் தந்தை, கலையோன் எனவும் கூறுவதுண்டு. கடக ராசியோடு தொடர்புடைய நிலவைக் கடகக் கோள் எனவும், அதன் முகத்தில் களங்கம் போல கருமைத் திட்டு தெரிவதால் களங்கன் எனவும்; இக்களங்கம் முயல்போல உள்ளதால் முயற்கூடு எனவும்; விண்மீன்களின் இராளி என்பதால் உருக்காந்தன் எனவும் சுட்டுகிறது தமிழ் இலக்கியம்.

2

வதனமே சந்திர பிம்பமோ

வானுலா வரும் நிலவின் வளர்பிறை தேய்பிறை எவருக்கும் புலப்படும் வானக் காட்சியாகும். முழு நிலவு, கீற்றுப்போல தென்படும் பிறை நிலா, பருவ நிலா, அமாவாசை என வானக்காட்சி ஏற்படுத்துவது நிலவின் போக்கு ஆகும். ஏன் பிறைகள் ஏற்படுகின்றன?

நிலவு தானே ஒளிரும் வான் பொருள் அல்ல. சூரிய ஒளி பட்டுத்தான் நிலவு பிரகாசிக்கிறது. நிலவு ஒரு கோளம். எனவே சூரியஒளி நிலவின் சரிபாதி பகுதியைப் பகலாக்கும். சரிபாதி பகுதியை இரவாக்கும். இது எளிதில் விளங்கும்.

நிலவு புவியைச் சுற்றி வரும்போது புவியிலிருந்து புலப்படும் நிலவுப்பகுதிக்கு ஏற்ப அதன் பிறைத் தோற்றம் ஏற்படும். எடுத்துக்காட்டாக *M1* என்ற நிலையில் நிலவு உள்ளபோது, அதன் முதுகுப்புறம் அதாவது இரவுப் பகுதி மட்டுமே புவிநோக்கி உள்ளது. சூரியஒளி படர்ந்த அதன் ஒரு சிறு பகுதி கூட புவிநோக்கி இல்லை. எனவே புவியிலிருந்து பார்வைக்கு அதன் ஒளிரும் பகுதி எதுவும் புலப்படாது. எனவே அது அமாவாசை.

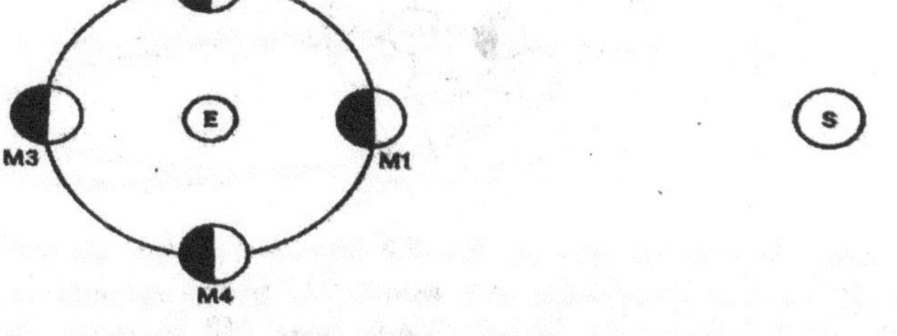

நிலவு புவியைச் சுற்றும்போது பிறைத் தோற்றம் ஏற்படுகிறது.

நிலவு புவியைச் சுற்றி வரும்போது M2 என்ற நிலையை அடையும். இப்போது நிலவின் பகல்பகுதியும் இரவுப் பகுதியும் புவிநோக்கி உள்ளது. புவிநோக்கி உள்ள பகுதியில் பாதி பகல், பாதி இரவு. எனவே நிலவு பாதி நிலாவாக, பிறையாகத் தெரியும். இதுவே பருவ நிலா.

மறுபடி மெல்லமெல்ல நிலா பூமியைச் சுற்றி M3 என்ற நிலையை அடையும். அப்போது நிலவின் இரவுப் பகுதி புவிக்கு எதிர்த் திசையில் உள்ளது. அதன் பகல்பகுதி முழுவதும் பூமியை நோக்கி உள்ளது. எனவே அன்று நிலா முழு நிலாவாகப் பிரகாசிக்கும். பின் M4 என்ற நிலைக்கு வரும்போது M2 போல பாதி இரவு பாதி பகல். எனவே பாதி நிலவாகப் புலப்படும் அடுத்த பருவ நிலா.

M1 - M2 - M3 வளர்பிறை, அதாவது நமக்கு பார்வைக்கு புலப்படும். நிலவின் பகல்பகுதி அளவு அதிகரிக்கிறது. M3 - M4 - M1 சுற்று தேய்பிறை. அதாவது நமது பார்வைக்குப் புலப்படும் நிலவின் பகல்பகுதி குறைந்து கொண்டே போகிறது. M1 ல் துவங்கி மறுபடி M1 வந்து அடைய நிலவு 29/%2 நாட்கள் எடுத்துக் கொள்கிறது. அதே சமயம் 27.3 நாட்களில் புவியை ஒரு முறை சுற்றி விடுகிறது. இரண்டும் முரண்பட்டது போலத் தோன்றலாம்.

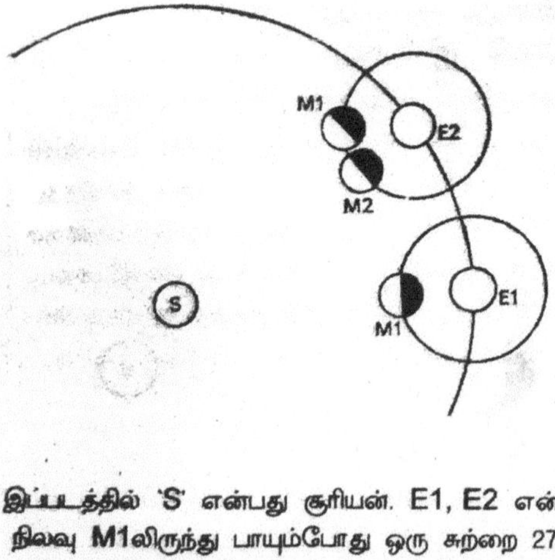

இப்படத்தில் 'S' என்பது சூரியன். E1, E2 என்பது புவியின் இரண்டு நிலை. நிலவு M1லிருந்து பாயும்போது ஒரு சுற்றை 27.3 நாளில் முடித்து விடுகிறது. ஆனால் புவி E2 நிலைக்குச் செல்லும்போது. நிலவு M2 நிலைக்கு வந்தால்தான் அதே பிறை தோன்றும். சரியாக சூரியனுக்கு நேர் எதிரே வரமுடியும். எனவே சுமார் 29.5 நாள்கள் கடக்க வேண்டும்.

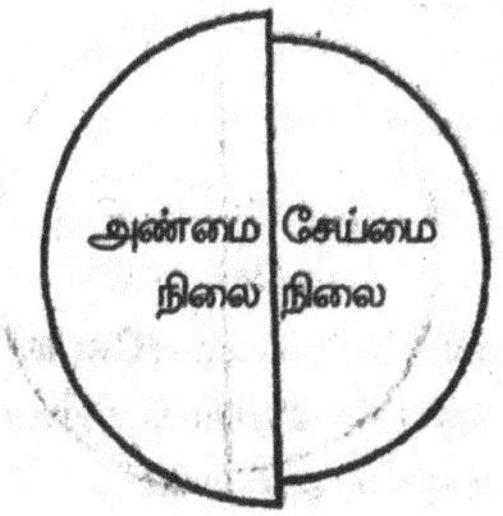

நிலவின் சுற்றுப்பாதை நீள்வட்டம். எனவே அண்மை நிலை, சேய்மை நிலையில் நிலவின் பார்வைத் தோற்றம் வேறுபட்டு அமையும்.

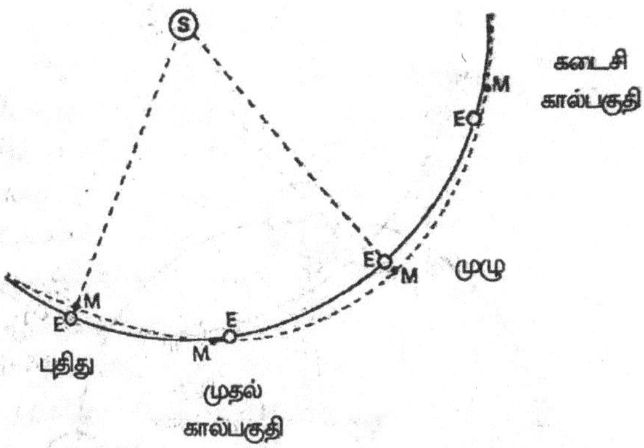

நிலவும் புவியும் தட்டாமாலை ஆடுவது போலத்தான் சுழல்கின்றன.

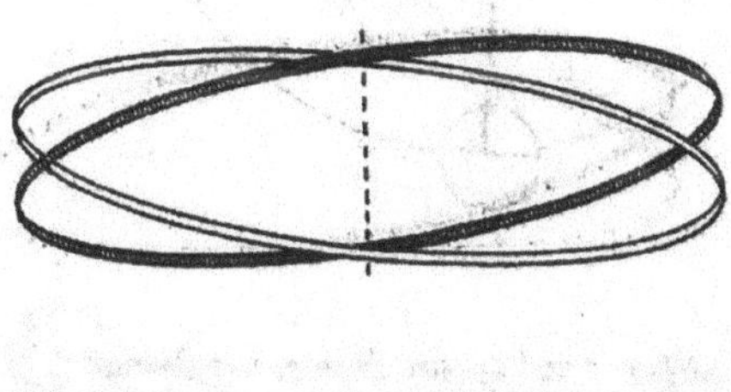

விண்வெளியிலிருந்து பார்த்தால் நிலவின் பாதையும் ஒரு நீள்வட்டம் போலத்தான் புலப்படும். புவியின் பாதைத்தளம் நிலவின் நீள்வட்டமும் இரண்டே இரண்டு புள்ளியில் வெட்டும்படி அமைந்திருக்கும்.

இரண்டு சம எடைகள் இருந்தால் அவற்றின் புவியீர்ப்பு மையம் (Center of gravity) அதன் நடுவே அமையும். சம எடை இல்லை எனில் புவியீர்ப்பு மையம் எடை கூடுதலான பொருளின் அருகே அமையும்.

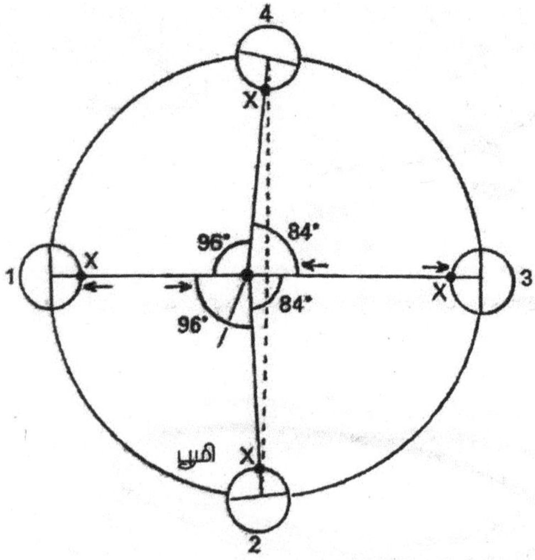

நிலவின் ஓட்டத்திற்கு ஏற்ப அதன் பின்புற பகுதிகளின் விளிம்பு புவியிலிருந்து புலப்படும்.

அமாவாசைக்கு அமாவாசை 29½ நாள் இடைவெளியும், நிலவு பூமியைச் சுற்றிவர 27.3 நாட்களும் என அமைவது எதனால்? ஏன் எனில் நிலவு பூமியைச் சுற்றி வரும்போது பூமியும் சூரியனைச் சுற்றி வருகிறது. பூமியும் தன் நிலையிலிருந்து நகர்கிறது. எனவே குறை கால இடைவெளியில் அதாவது 27.3 நாட்களிலேயே நிலவு பூமியைச் சுற்ற முடிகிறது. ஆனால் அதற்குள் புவி தன் இடத்திலிருந்து நகர்ந்து விடுவதால், புவி நிலவு - சூரியன் முதலியன முதலில் இருந்த கோணத்தை அடைய சற்றே அதிக காலம் பிடிக்கிறது. அதனால்தான் அமாவாசை முதல் அமாவாசை வரை சுமார் 29.5 நாட்கள் காலஅவகாசம் உள்ளது.

உள்ளபடியே நிலவு பூமியைச் சரியான வட்டப்பாதையில் சுற்றவில்லை. கோழி முட்டை போல உள்ள நீள் வட்டப்பாதையில் சுற்றுகிறது. எனவே, ஒரு சமயம் நிலவு பூமிக்கு அருகாமையிலும் ஒரு சமயம் தொலைவிலும் அமையும். இதை அண்மைப் புள்ளி, சேய்மைப்புள்ளி எனக் கூறுவர். அண்மைப்புள்ளியில் உள்ளபோது அதன் தொலைவு 3,63,300 கி.மீ.; சேய்மைப் புள்ளியில் உள்ளபோது அதன் தொலைவு 4,05,500 கி.மீ. எனவே, பார்வைக்கு நிலவு புலப்படும் அளவு (கோண அளவு) மாறுபடும். அண்மையில் உள்ளதை விட பத்தில் ஒன்பது பங்கே சேய்மைப்புள்ளியில் அதன் அளவு அமையும்.

வழக்கில் நிலா பூமியைச் சுற்றுகிறது எனக் கூறுகிறோம். ஆனால் துல்லியமாக அறிவியல் ரீதியில் கூறப்பட்டிருந்தால், நிலவும் பூமியும் அதன் ஈர்ப்பு மையத்தைச் சுற்றி வலம் வருகிறது எனக் கூற வேண்டும். நிலவை விட 81 மடங்கு அதிக நிறை

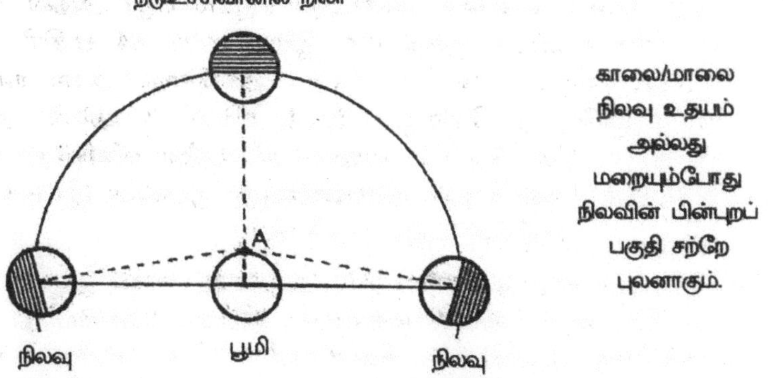

வாய்ந்தது பூமி. எனவே இரண்டின் ஈர்ப்பு மையமும் புவியின் மையத்துக்கு அருகேதான் அமைந்துள்ளது. எனவே வழக்கு கூற்று பொருந்துகிறது. எனினும் விண்வெளியிலிருந்து பூமி, நிலா சுற்றுவதைப் பார்த்தால் இரண்டும் ஒருங்கே தட்டாமலை ஆடிக்கொண்டே சூரியனைச் சுற்றுவது போலத்தான் புலப்படும். நிலவின் பாதையும் புவிப்பாதைபோல நீள்வட்டமாகத்தான் புலப்படும் என்பது குறிப்பிடத்தக்கது. ஒன்றை ஒன்று வெட்டும் இரண்டு நீள்வட்டப் பாதையே நிலவு, புவியின் சுற்றுப்பாதை.

சற்றேறக் குறைய நிலவின் சுற்றுப்பாதை நீள்வட்டம். அதுமட்டுமல்ல அண்மைப் பகுதிக்கு அருகே வேகமாகவும், சேய்மைப்பகுதிக்கு அருகே மெதுவாகவும் நிலவு பாயும். எனவே நிலவின் இடது, வலதுபுறத்தில் கூடுலான பகுதி புலப்படும். எடுத்துக்காட்டாக நிலவு அதன் அண்மைப்புள்ளியில் உள்ளதாகக் கொள்வோம். (நிலை 1) அப்போது புலப்படும் நிலவு தட்டின் நடுப்புள்ளியை X என குறித்துக் கொள்வோம். சுமார் ஒரு வாரம் கடந்த பின்னர் அது நிலை இண்டை எட்டும். அண்மைப்புள்ளியிலிருந்து பாயும் நிலை அதனால் நிலவு சற்றே வேகமாக ஓடியிருக்கும். 90 டிகிரிக்கு பதிலாக 96 டிகிரி சுற்றை முடித்திருக்கும். எனவே X என்ற நடுப்புள்ளி புவியிலிருந்து பார்க்கும்போது மையத்திலிருந்து கிழக்காக நகர்ந்திருக்கும். நிலவின் மேற்கு எல்லையில் மறுபுறத்தின் சிறுபகுதி இப்போது புவியிலிருந்து புலப்படும். அடுத்து ஒருவாரம் கடந்த பின்னர் அது சேய்மைப்புள்ளியை அடையும் (நிலை 3) இப்போது 84 டிகிரிதான் கடந்திருக்கும். ஆயினும் 180 டிகிரி (96+84) கடந்துள்ளதால் மறுபடி X நிலை நிலவு முகத்தின் நடுப்பகுதியாகக் காட்சி தரும். அடுத்த ஒருவாரம் கடந்த பின்னர் அது நிலை நான்கை அடையும். இப்போது அதன் பாய்ச்சல் சராசரியை விடக் குறைவாக இருப்பதால் 84 டிகிரி மட்டுமே கடந்திருக்கும். எனவே நிலை நான்கை அடையும்போது மையத்திலிருந்து மேற்கே சற்றுத் தள்ளி X புள்ளி அமையும். நிலவு வட்டின் கிழக்கே மறுபுற நிலாவின் விளிம்புப் பகுதிகள் புலப்படும். ஐன்ஸ்டின் கிண்ணக்குழி முதலிய இத்தகு விசேட சூழல்தான் புவியிலிருந்து புறப்படும்.

அதாவது பூமியைப் பார்த்து நிலவு வலது இடதாகத் தலை ஆட்டுகிறது எனக் கொள்ளலாம். அவ்வாறு தலை ஆட்டுவதால் முகத்திற்கு கிழக்கிலும் மேற்கிலும் உள்ள சேதாரப் பகுதிகள் புவியிலிருந்து புலப்படுகின்றன.

அதேபோல நிலவு புவியைச் சுற்றும் பாதை சுமார் 5.9 டிகிரி சாய்வாக உள்ளது. எனவே அதன் துருவப்பகுதிகளைக் கடந்தும் சில பகுதி அவ்வப்போது புலப்படும். அதாவது நிலவு மேலும் கீழும் தலை ஆட்டுவதைப் போல.

நிலவு உதிக்கும்போதும் மறையும்போதும் கூட மறு பக்கத்தின் சில பகுதிகள் பார்வைக்கு வரும். ஆக மொத்தம் நிலவின் 59 சதவிகித பரப்பு நமக்குப் புலப்படும் 41 சதவிகிதம் புலப்படவே செய்யாது.

3

மறைந்திருந்து பார்க்கும் மர்மம் என்ன?

கி.மு. 1135, அதாவது சுமார் 3000 ஆண்டுகளுக்கு முன்பு நிகழ்ந்த சந்திர கிரகணத்தைக் குறித்த செய்தி சீனத் தரவுகளில் உள்ளது. இதுதான் இதுவரை அறியப்பட்டதிலேயே பதியப்பட்ட முதல் சந்திரகிரகணம். எனினும் சந்திரகிரகணம் அல்லது சந்திரமறைப்பு என்பது புவியின் ஒரு பகுதியில் ஆண்டுக்கு ஒரு முறையாவது ஏற்படும். அவை முழுகிரகணமாக இருக்கும் என்பதல்ல. பகுதி கிரகணமாகக் கூட இருக்கலாம். எனினும் ஆண்டுக்கு மூன்று சந்திரகிரகணத்திற்கு அதிகமாக ஏற்படாது.

சூரியன், நிலவு ஆகியவற்றின் சலனத்தை எளிதாகக் கணக்கிட முடியும். ஆகையால் சந்திர கிரகணத்தையும் எளிதில் கணக்கிட முடியும். கிமு 600ஆம் ஆண்டு வாக்கிலேயே மிலெடஸ்

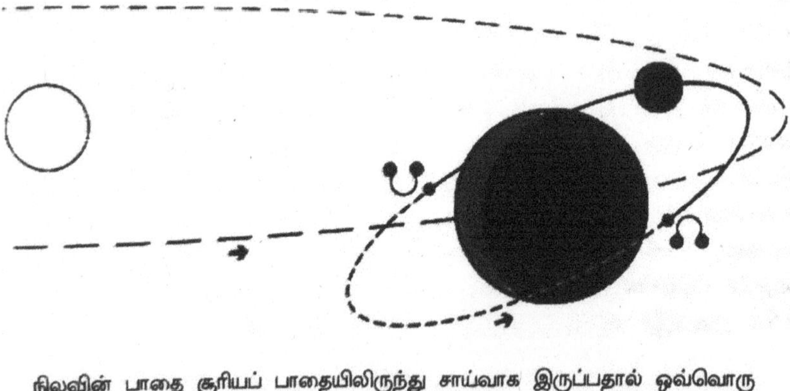

நிலவின் பாதை சூரியப் பாதையிலிருந்து சாய்வாக இருப்பதால் ஒவ்வொரு அமாவாசை அல்லது முழுநிலவு அன்று கிரகணம் ஏற்படுவது இல்லை. நிலவின் பாதை சூரியப் பாதையை வெட்டும் இரண்டு புள்ளியில் ஏதாவது ஒன்றில் நிலவு அமைந்து அன்று அமாவாசை/முழுநிலவு ஏற்பட்டால்தான் சூரிய/சந்திர கிரகணங்கள் ஏற்படும்.

சந்திர மறைப்பும் புராணப் புரட்டும்

இந்துப் புராணங்களின்படி பாம்பு விழுங்குவதால் சந்திர சூரிய மறைப்பு ஏற்படுவதாக நம்பப்படுகிறது. இதனை ஒட்டியே 'பால் மதி சேர்ந்த அரவினைக் கோள் விடுக்கும்' என கலித்தொகை கூறுகிறது. இராகு எனும் பாம்பு சந்திரனை விழுங்கி பின்னர் வெளியே உமிழ்ந்து விடுவதாகக் கற்பனை செய்தனர்.

சார்ந்த தேலாஸ் (Thales of Miletus) என்பவர் சந்திரகிரகணத்தை கணிக்கும் முறையை வகுத்தார். சற்றேறக்குறைய 18 ஆண்டு 10¼ நாளில் சூரியன், சந்திரன் மற்றும் நிலவுப்பாதை சூரிய வீதியை வெட்டும்புள்ளி (ராகு/கேது) ஆகிய மூன்றும் ஒன்றுகூடும் எனக் கண்டார் இவர். இதனை சரோஸ் கால இடைவெளி (Saros Cycle) என வகுத்தார். உள்ளபடியே இவை மூன்றும் துல்லியமாக ஒரே புள்ளியில் சங்கமிப்பதில்லை. சற்றேக்குறைய ஒன்று சேர்கிறது. எனவே தோராயமாக சந்திரகிரகணத்தைக் கணிக்க முடிந்தது.

1504 மார்ச் 1ஆம் தேதி நிகழ்ந்த சந்திரகிரகணம் வரலாற்றில் முக்கியமானது. அச்சமயத்தில்தான் கொலம்பஸ் தனது அமெரிக்கா நோக்கிய நான்காவது பயணத்தினை நடத்திக் கொண்டிருந்தார். பிப்ரவரி 1504இல் ஜமைகா தீவுகளை (St. Anne's Bay, Jamaica) அடைந்தார் அவர். நீண்ட கடல் பிரயாணத்திற்குப் பிறகு கரைகண்ட அவரும் அவரது

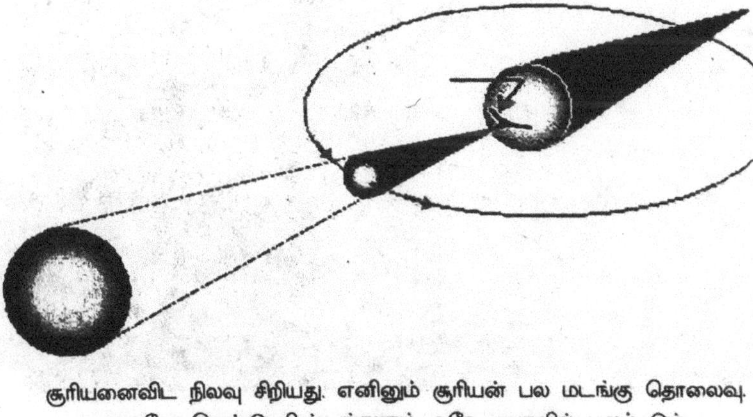

சூரியனைவிட நிலவு சிறியது. எனினும் சூரியன் பல மடங்கு தொலைவு. எனவே இரண்டு பிண்டங்களும் ஒரே அளவில் புலப்படும். எனவேதான் கிரகணங்கள் சாத்தியமாகின்றன.

மாலுமிகளும் இளைப்பாற விரும்பினர். ஜமைகா தீவில் நங்கூரம் பாய்ச்சித் தங்கினர். அத்தீவில் வசித்து வந்த ஆதிவாசிகள் அவர்களுக்கு உணவு, நீர் அளித்து உபசரித்தனர். நாட்கள் உருண்டோடின. ஐரோப்பிய வெள்ளை மாலுமிகளின் சேஷ்டைகளில் மனம் புண்ணான ஆதிவாசிகள் இனியும் அவர்களுக்கு உணவும் நீரும் தந்து உபசரிப்பதற்குத் தயக்கம் காட்டத் துவங்கினர். சில நாட்கள் கடந்த பின் உணவு தர மறுக்கவும் செய்தனர்.

அன்று பிப்ரவரி 28 இரண்டு நாள் கடந்து பிப்ரவரி 29/ மார்ச் 1 அன்று சந்திரகிரகணம் ஏற்படும் என்பதை முன்கூட்டியே அறிந்திருந்த கொலம்பஸ், தனது அறிவைப் பயன்படுத்த எண்ணினார். ஆதிவாசிகளை மிரட்டவும் எத்தனித்தார். உணவு தந்து தங்களை உபசரிக்கவில்லை என்றால் கடவுள் கோபம் கொண்டு நிலவை மங்கச் செய்து நிறம் மாறச் செய்வார்" என எச்சரித்தார். பிப்ரவரி 29/மார்ச் 1 அன்று கொலம்பஸ் கணித்தது போல சந்திரகிரகணம் ஏற்பட்டது.

கொலம்பஸ் கணித்த சந்திர கிரகணத்தால் அச்சமுற்ற ஆதிவாசிகள் கொலம்பஸைக் கடவுள் என பாவித்தனர்.

கிரகணத்தின்போது நிலவு தன் பிரகாசத்தை இழக்கும், சிவப்பு அல்லது சிவப்பு கலந்த மஞ்சள் நிறத்தில் புலப்படும். கொலம்பஸ் கூறியது போலவே சந்திரகிரகணம் ஏற்பட்டதைக் கண்டு அச்சமுற்ற ஆதிவாசிகள் கொலம்பஸை கடவுளாகக் கருதத் துவங்கினர். அதன்பின் கொலம்பஸுக்கும் அவரது மாலுமி களுக்கும் இராஜ மரியாதையும் உபசரிப்பும் கிடைத்தன என்பதைச் சொல்லவா வேண்டும்?

சூரிய கிரகணம் அல்லது சூரிய மறைப்பின்போது பகல் இரவாகும். சூரியனை நிலவு மறைப்பதால் கருமையாகப் புலப்படும். ஆனால், சந்திரகிரகணம் ஏற்படும்போது சிலசமயம் மட்டுமே நிலவு கருமையாகப் புலப்படும். நிலவே புலப்படாது. இது அரிது. பொதுவாக நிறம் சிவப்பாக, துரும்பு பிடித்தது போன்ற நிறத்தில் காட்சி தரும். சிலசமயம் செங்கல் சிவப்பு நிறத்தில் அதன் ஓரப்பகுதிகள் மஞ்சள் நிறத்துடன் காட்சி தரும். சில சமயங்களில் ஆரஞ்சு அல்லது சிவப்பு கலந்த ஆரஞ்சு நிறத்தில் புலப்படும். புவியின் நிழல் படிந்துதான் சந்திர கிரகணம் ஏற்படுகிறது. நிழலுக்குப் புறநிழல் (Penumbra) மற்றும் அகநிழல் (Umbra) என்ற இரண்டு பகுதி உண்டு. எனவேதான் புறநிழல் படியும் பகுதி மறைக்கப்படாமல் ஒளிமங்கி சிவப்பு நிறத்தில் காட்சி தருகிறது. புவியின் ஆகாயத்தில் பாயும் சூரிய ஒளியின் நீலநிறம் ஆகாயத்தில் சிதறி விடுகிறது. ஆனால் சிவப்பு நிற ஒளி புவியின் ஆகாயத்தின்வழி ஊடுருவி நிலவில் மங்கலாகப் படியும். எனவேதான் சந்திர கிரகணத்தின்போது நிலவு சற்றே செந்நிறமாகக் காட்சி தருகிறது.

சந்திர கிரகணம்: நிலவும் சூரியனும் நேர் எதிரே இருந்தாலும், நிலவின் பாதை சாய்வாக உள்ளதால் எல்லா அமாவாசை/முழுநிலவு அன்று கிரகணம் ஏற்படுவது இல்லை.

4

ஆகாயத்தின் நிறம் என்ன?

ஆகாயத்தின் நிறம் நீலம்! அய்யே, இதுகூடத் தெரியாதா? என நீங்கள் கூறக்கூடும். எனது கேள்வி, பூமியின் ஆகாயம் குறித்து மட்டுமல்ல. நிலவின் ஆகாயம் எப்படித் தென்படும்?

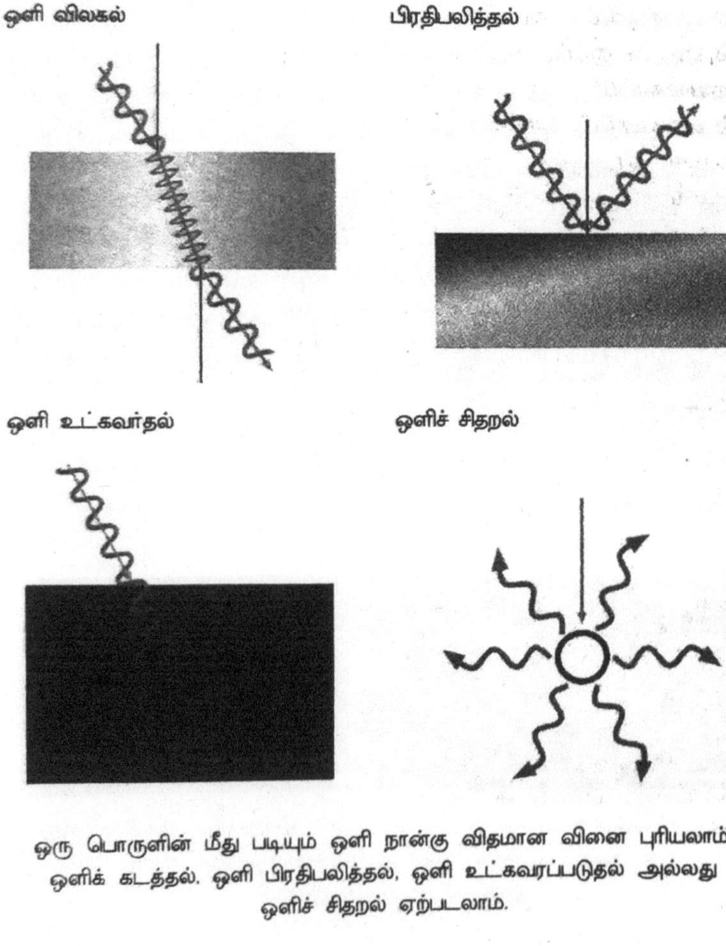

ஒரு பொருளின் மீது படியும் ஒளி நான்கு விதமான வினை புரியலாம். ஒளிக் கடத்தல், ஒளி பிரதிபலித்தல், ஒளி உட்கவரப்படுதல் அல்லது ஒளிச் சிதறல் ஏற்படலாம்.

திட நிலப்பரப்பு கொண்ட மெர்க்குரி எனப்படும் புதன், வீனஸ் எனப்படும் வெள்ளி, மார்ஸ் எனப்படும் செவ்வாய் இக்கோள்களி லிருந்து பார்த்தால் ஆகாயம் எந்த நிறத்தில் இருக்கும்?

தெளிவான வானம் அழகான நீல நிறத்தில் ஒளிர்கிறது. சற்றே மழை பொழிந்து தூசு தும்பு இல்லை என்றால், துலங்கிய நீல நிறத்தில் வானம் பிரகாசிக்கிறது. வானம் ஏன் நீலநிறமாக இருக்கிறது?

இக்கேள்விக்கு விடைகாணும் முன்பு ஒளியைக் குறித்து சில செய்திகளை நினைவூட்டுவது அவசியம். சூரிய ஒளி என்பது பல நிற ஒளியின் சங்கமம். கூட்டு. இது நமக்குத் தெரியும். முப்பட்டக கண்ணாடி (ஸ்பெக்டிரம்) கொண்டு சூரிய ஒளியைப் பகுத்தால் வானவில் நிறங்கள் தோன்றும் என்பதை நாம் அறிவோம்.

எக்ஸ்ரே, ரேடியோ அலைகள், நுண்அலைகள் போன்று ஒளியும் ஒருவகை மின்காந்த அலைதான். ஒவ்வொரு நிற ஒளியும் மெய்யாகக் குறிப்பிட்ட ஒரு அலை நீளம் உடையவை. அதே அலைநீளம் உடைய ஒளிஅலைகள் எல்லாம் ஒரே நிறமாகத்தான் காட்சி தரும்.

பல நிறங்களில் சங்கமமாகிய சூரிய ஒளி பொருட்களின் மீது படும்போது என்ன நடக்கிறது? ஆகாயத்தில் உள்ள வளிமண்டல மூலக்கூறு, கண்ணாடிக் குடுவை, உனது உடுப்பு, அருகில் உள்ள செடியின் இலை..... எதன் மீது சூரிய ஒளி விழுந்தாலும் ஒளி பாதிப்படைகிறது. பொருட்கள் பொதுவாக மூன்று வகையாக ஒளியிடம் வினை ஏற்படுத்தும்.

1. அப்பொருளின் ஊடே ஒளி ஊடுருவிச் சென்று விடலாம். இதனை ஒளி கடத்தப்படுகிறது என கூறுகிறோம்.

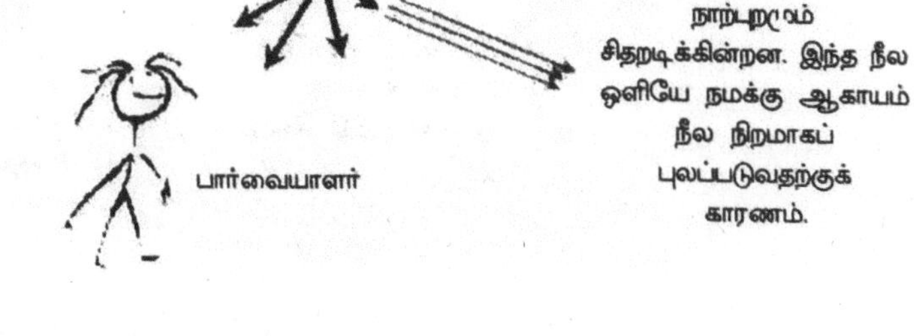

ஒளிக்கடத்தல் எனும் வினை இதுதான். கண்ணாடி முதலியவை ஒளி கடத்தும் பொருட்கள்.

2. சில சமயம் சுவரில் அடித்த பந்து போல் ஒளி திருப்பி அடிக்கப்படலாம். இதனைத்தான் ஒளிப் பிரதிபலிப்பு என்று கூறுகிறோம். பெரும்பாலும் பொருட்கள் ஒளியைப் பிரதிபலிப்பதாக அமைகின்றன. முகம் பார்க்கும் கண்ணாடி சரியாக நேர் எதிராகப் பிரதிபலிக்கிறது. ஏனைய பொருட்கள் எல்லாத் திசைகளிலும் ஒளியைச் சிதறிப் பிரதிபலிக்கிறது.

3. சிவப்புத் தக்காளி சிவப்பாக ஏன் புலப்படுகிறது? எல்லா நிறங்களும் உடைய ஒளி சிவப்புத் தக்காளியின் மீது விழுந்தாலும் சிவப்பைத் தவிர ஏனைய ஒளியைத் தக்காளி, உட்கிரகித்துக் கொள்கிறது. சிவப்பை மட்டும் நன்கு பிரதிபலிக்கிறது. உட்கிரகிக்கப்பட்ட நிறம் நமக்குப் புலப்படுவதில்லை. அதுபோல பச்சைப்பசேல் என்று உள்ள இலை, பச்சையைத் தவிர ஏனைய நிறத்தை உட்கவர்ந்து கொள்கிறது. அதனால்தான் அது பச்சையாகப் புலப்படுகிறது. இதுவே உட்கவர்தல் எனும் வினை.

ஒளிகடத்தல், பிரதிபலித்தல், உட்கவர்தல் என மூன்று வகையில் பொதுவாக ஒளி பொருளோடு வினைபுரியும். இது தவிர நான்காவது ஒரு வினை உள்ளது. அதுவே ஒளிச் சிதறல்.

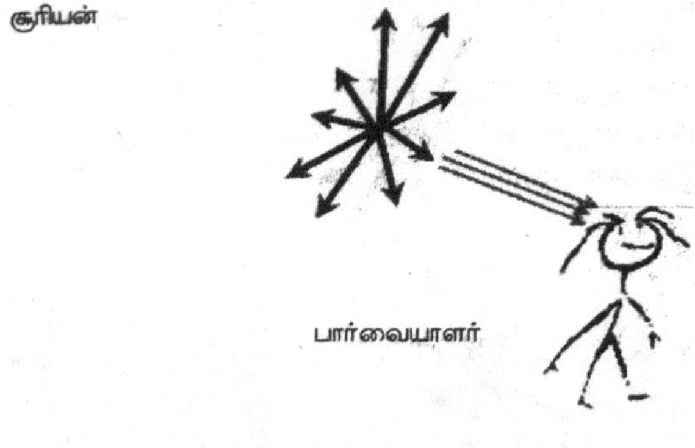

நீலநிறம் ஒளிபாயும் திசைக்கு மட்டுமல்ல, வேறு எல்லாத் திசைகளிலும் சிதறடிக்கப்படுகிறது. எனவே சூரிய ஒளியிலிருந்து நேரடியாக நமது பார்வைக்கு வரும் ஒளியில் நீல நிறம் குறைவு. சூரியன் உதிக்கும்போதும் மறையும்போதும் அதன் ஏனைய நிறங்களும் சிதறடிக்கப்படுகின்றன. மீதமுள்ள சிவப்புதான் செங்கதிராக சூரியன் புலப்படுவதற்குக் காரணம்.

சூரியனிலிருந்து பரவும் ஒளி விண்வெளியில் பயணம் செய்து பூமியின் வளிமண்டலத்தை அடைகிறது. பூமியின் வளிமண்டலத்தை அடைந்த ஒளி வளிமண்டலக் காற்றில் பிரவேசிக்கிறது. வளிமண்டலக் காற்றில் பல்வேறு மூலக்கூறுகள் உள்ளன. தூசு தும்பு உள்ளன. இவை ஒளியின் சில குறிப்பிட்ட அலைநீளங்களை மட்டும் பிரதிபலிக்கின்றன. ஏனைய அலைநீளங்களின் மீது தாக்கம் எதுவும் செலுத்தாது கடந்துபோக அனுமதிக்கின்றன.

சிறு தும்பில் பட்டு நாற்புறமும் ஒளி சிதறுவதை ஒளிச் சிதறல் என்று அழைப்பார்கள். இவ்வாறு, வளிமண்டலத்தில் புகும் சூரிய ஒளியின் குறிப்பிட்ட அலை நீளம் அதிக ஒளிச் சிதறலை ஏற்படுத்துகிறது. பூமியைப் பொறுத்தவரை இது நீலநிறமாக அமைகிறது. பூமியின் வளிமண்டலத்தில் மிகுந்துள்ள பல்வேறு மூலக்கூறுகளின் தன்மையைப் பொறுத்து இவ்வாறு நீலநிறமாக அமைந்துவிட்டது.

அலைநீளத்தைவிட குறைவான பருமன் உடையதாக வளிமண்டலத் துகள்கள் இருந்தால், அந்த அலைநீளம் ஒளிச் ஏற்படுத்தும். மென்மையான நாணல்புதர் நீர் ஓட்டத்துக்கு இடம் கொடுப்பதால் முறிவதில்லை. பெருமரம்

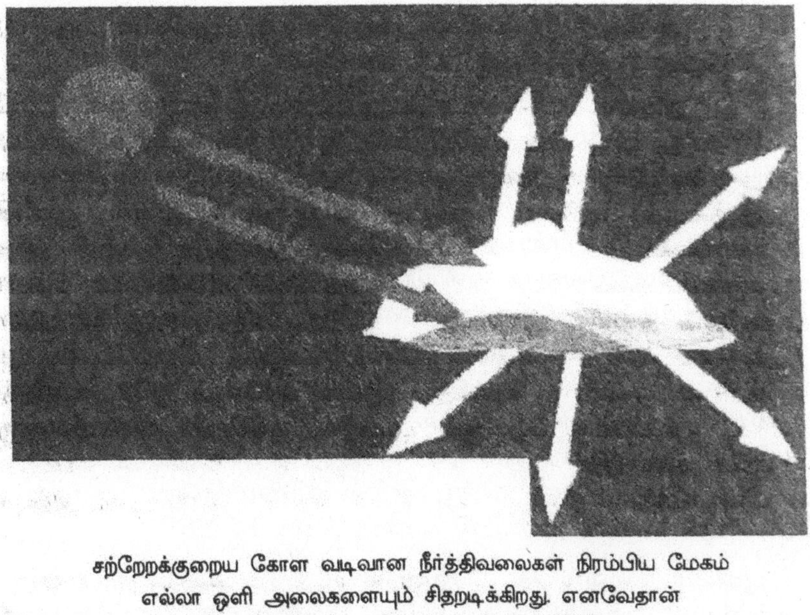

சற்றேறக்குறைய கோள வடிவான நீர்த்திவலைகள் நிரம்பிய மேகம் எல்லா ஒளி அலைகளையும் சிதறடிக்கிறது. எனவேதான் மேகம் வெள்ளை நிறத்தில் காட்சியளிக்கிறது.

நீர் ஓட்டத்தை எதிர்ப்பதால் நீர் அதனைச் சாய்க்கிறது. அதுபோல பெரிய மூலக்கூறுகளில் படும் ஒளித் துகள்கள் நாற்புறமும் பட்டுத்தெறிக்கும். சிறிய மூலக்கூறுகள் இடம் கொடுப்பதால் ஒளி அவற்றைச் சுற்றிப் பாய்ந்து தம் பாதையில் சென்றுவிடும். பூமியின் வளிமண்டலத்தில் உள்ள மூலக்கூறுகள் பெரும்பாலும் நீலநிற அலை நீளத்திற்குக் குறைவான அளவு உடையவை. ஆகவே பூமியின் வளிமண்டலத்தில் நீலநிறம் சிதறுகிறது. சிவப்பு அலைநீள ஒளி சிதறுவதைப் போல 10 மடங்கு அதிகமாக நீல ஒளி சிதறுகிறது. ஆகவேதான் பூமியின் ஆகாயம் நீலநிறமாக இருக்கிறது.

மேகம் மட்டும் வெண்மையாக இருக்கிறதே? அது எப்படி? இக்கேள்வி நமக்கு இயல்பாக எழலாம். வெண்மை என்றால் எல்லா நிறத்தின் கலவை என்றல்லவா பொருள். மூலக்கூறுகள் கோள வடிவிலும் அலை நீளத்தைவிட பருமன் அதிகமாகவும் இருந்தால் எல்லா அலை நீளமும் ஒருங்கே ஒளிச் சிதறலை சந்திக்கும். பூமியின் வளிமண்டலத்தில் ஏற்படும் மேகம் என்பது நீர்த்திவலைகள் பனித்துகள்கள் கொண்டவை. இத்துகள்கள் ஒளியில் எல்லா அலை நீளத்தையும் ஒருங்கே சிதறச் செய்கின்றன. எல்லா நிறத்தின் கூட்டு வெண்மை. ஆகவேதான் மேகம் வெண்மையாகப் புலப்படுகிறது.

அடுத்த கேள்விக்கு வருவோம்; பூமியின் ஆகாயம் நீலநிறமாக இருக்கிறது. சரி, நிலவில்?

நிலவில் வளிமண்டலமே இல்லை; ஆகையால் ஒளி சிதறவே சிதறாது. ஒளி நேரடியாகப் பாய்ந்து நம் கண்களை வந்தடையும். ஆகவே ஒளிச் சிதறலற்ற வானம் கன்னங்கரேல் என கருமையாக இருக்கும். கருமை என்பது ஒரு நிறம் அல்ல. ஒளியில் பார்வையில், எந்த நிறமும் இல்லாத ஒளியற்ற வெற்றிடத்தைக் கருமை என குறிக்கிறோம். எந்த நிற அலைகளும் சிதறாத வானம் நிலவில் இருப்பதால் அங்கு அண்ணாந்து பார்த்தால் கருமையான வானத்தில் விண்மீன்களும், பிறைபோல பூமி, சூரியன் எல்லாம் தெரியும். இவை எல்லாம் ஒரே சமயத்தில் கூட புலப்படலாம்! ஆம், பூமியில் சூரியனும் விண்மீன்களும் ஒரே சமயத்தில் புலப்படாது. ஆனால், நிலவில் கருமையான பின்புலத்தில் விண்மீன்களும் சூரியனும் புலப்படும் அற்புதக் காட்சி காணக் கிடைக்கும்!

பூமியும் நிலவும் சரி. செவ்வாயில்? செவ்வாயில் கார்பன்டை ஆக்ஸைடு மிகுதி. கார்பன்டை ஆக்சைடு மூலக்கூறுகள்

ஒளிச்சிதறலை ஏற்படுத்தக்கூடிய அளவு பருமன் வாய்ந்ததல்ல. ஆகவே, சூரிய ஒளி செவ்வாயில் ஒளிச் சிதறலை அவ்வளவாகச் சந்திக்காது.

செவ்வாயைப் பொறுத்தவரை அதன் வளிமண்டலம் சிவப்புநிற தூசு தும்புகள் நிரம்பியதாக இருக்கிறது. இந்தத் தூசு தும்புகளின் பருமன் ஒளிச் சிதறலை ஏற்படுத்துவற்கு உகந்ததாக இல்லை. ஆகவே ஒளிச் சிதறல் ஏற்படுவதில்லை. ஆனால் சிவப்பு நிறமுடைய துகள்கள் ஏனைய நிறத்தை உட்கவர்ந்து சிவப்பு நிறத்தை மட்டுமே உமிழும் அல்லவா? அதனால் செவ்வாயின் ஆகாயம் இளஞ்சிவப்பாகப் புலப்படும். மருள் வேறு வார்த்தையில் கூறப்போனால் பூமியின் ஆகாயத்தின் நீல நிறம் ஒளிச்சிதறல் காரணமாக ஏற்படுகிறது. ஆனால் செவ்வாயின் ஆகாயம் இளம் சிவப்பு நிறத்தில் தோன்றுவதற்குக் காரணம் ஒளிச் சிதறல் அல்ல! ஒளி உட்கவரப்படுவதே காரணம். செவ்வாயில் எப்போதுமே செவ்வானம்தான். செவ்வாய் அப்பெயர் பெறவும் சிவந்த வானம்தான் காரணம்.

5

நீ இல்லாமல் நான் இல்லை

பூமியின் துணை நிலவு. நிலவு என்கிற சந்திரன் இன்றி பூமி பூமியாக இருந்திருக்குமா என்பது கேள்விக்குறி.

சூரியக் குடும்பத்தில் பல கோள்களுக்கு நிலவுகள் உண்டு. செவ்வாய்க்கு இரண்டு, வியாழனுக்கு 63 என பல கோள்களுக்கு ஒன்றுக்கு மேற்பட்ட துணைக்கோள்கள் நிலவுகள் உண்டு.

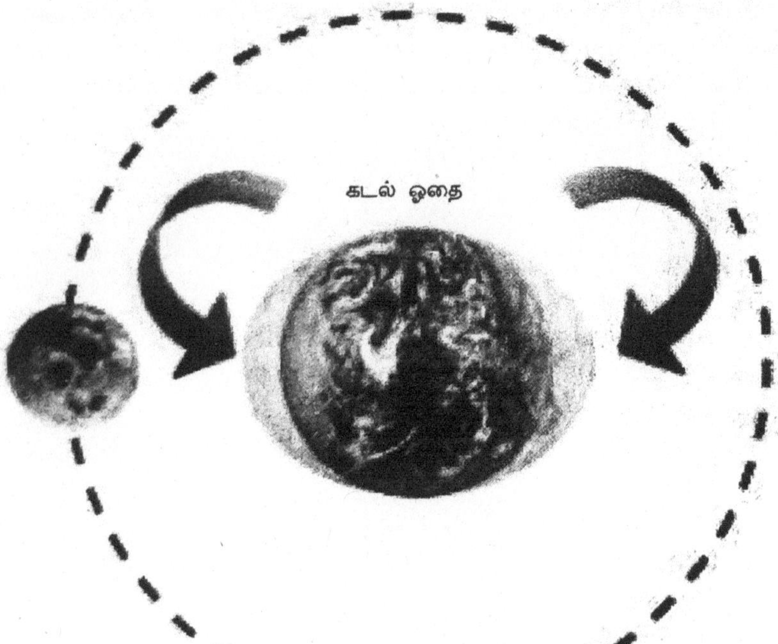

நிலவு தலைக்கு மேலே உள்ள புவிப்பகுதி மற்றும் அதன் நேர் எதிர் பகுதியில் கடல்நீர் பொங்கும். இதுவே கடல் ஏற்றம்.

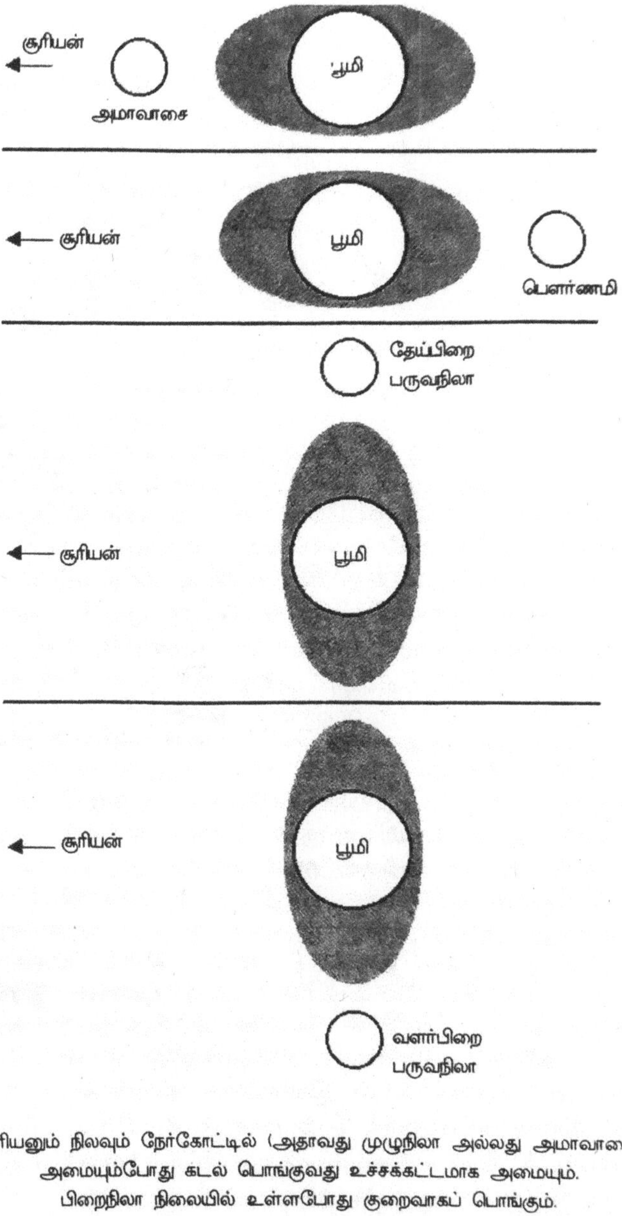

சூரியனும் நிலவும் நேர்கோட்டில் (அதாவது முழுநிலா அல்லது அமாவாசை) அமையும்போது கடல் பொங்குவது உச்சக்கட்டமாக அமையும். பிறைநிலா நிலையில் உள்ளபோது குறைவாகப் பொங்கும்.

ஒருவனுக்கு ஒருத்தி போன்று புவியும் நிலவும் ஒருவருக்கு ஒருவராகத் திகழ்கிறது. சூரியக் குடும்பத்தில் உள்ள பற்பல நிலவுகளில் ஐந்தாவது பெரிய நிலவு நமது சந்திரன். ஏறக்குறைய புதன்கோளைப் போன்று உருவமுடைய நமது சந்திரன் புளூட்டோவைவிடப் பெரியது.

பூமியின் நான்கில் ஒரு பகுதி உடைய நிலவிற்கு குறிப்பிடத் தகுந்த ஈர்ப்பு சக்தி உண்டு. பூமியில் உள்ளதைப் போன்று ஒவ்வொரு பொருளும் நிலவில் ஆறில் ஒரு பங்கு எடை கொண்டிருக்கும். ஏதோ பூமியின் இலவச இணைப்பாக உள்ளதுதான் நிலவு என்று கருதிவிட வேண்டாம். நிலவு இல்லை என்றால் புவியின் போக்கே மாறியிருக்கும்.

சந்திரனின் மிகத் தெளிவான தாக்கத்தையும் கடல் ஏற்றம் மற்றும் கடல் இறக்கத்தில் காணலாம். சந்திரன் கடல் ஓதை எனவும் இதனைக் கூறுவர். நிலவு புவியின் எல்லாப் பகுதியிலும் தனது ஈர்ப்பு சக்தியினால் கவர்கிறது. ஆனால் திட நிலப்பரப்பு அவ்வளவாக பாதிக்கப்படுவதில்லை. நிலப்பரப்பின் திடத்தன்மை உறுதியாக உள்ளதால் பார்வைக்கு எதுவும் புலப்படுவது இல்லை. ஆனால் கடல் மீது நீர் நிரம்பியது. நீர் நீர்மப் பொருள் ஆகவே எளிதாக நிலவின் ஈர்ப்பு சக்தியினால் பாதிக்கப்படுகிறது. பூமிக்கு தலைக்கு மேலே நிலவு உள்ள பகுதியின் கடல் ஈர்ப்பு சக்தியினால் உயரே எழுகிறது. அப்பகுதியில் கடலின் உயரம் இயல்பைவிட ஏற்றமாக இருக்கும். இதனைக் கடல் ஏற்றம் என்கிறோம். பூமிக்கு தலைக்கு மேலே உள்ள பகுதியின் சரியான நேர் எதிர்த் திசையில் நிலவின் ஈர்ப்பு சக்தி மிகக் குறைவாக இருக்கும் என்று கூறத் தேவையில்லை. இதனால் கட்டுத் தளைகள் அற்ற கடல் அங்கும் மேலே பொங்கி எழுந்து அமையும். ஆகவே அங்கும் கடல் ஏற்றம். ஒரு நாளில் பூமி சுழலும்போது ஒவ்வொரு பகுதியும் நிலவின் நேர் கீழே அமைகிறது. ஆக நாளுக்கு இரண்டு தடவை கடல் ஏற்றம் ஏற்படுகிறது. நிலவு தலைக்கு மேலே உள்ள பகுதிக்குப் பக்கவாட்டில் 90° கோணத்தில் உள்ள புவியின் இரண்டு பகுதிகளிலும் கடல் மட்டம் இயல்பை விட குறையும். புவியின் ஈர்ப்பு சக்தியின் விளைவால் ஈர்க்கப்பட்டு கடல் மட்டம் குறையும். இதுதான் கடல் இறக்கம் கடல் ஏற்றம் போலவே கடல் இறக்கமும் நாளுக்கு இரு தடவை ஏற்படும்.

எப்போது கடல் ஏற்றம்; எப்போது கடல் இறக்கம் ஏற்படும் என்பது நிலவு உள்ள நிலையைப் பொறுத்து அமையும். சுமார்

27 நாட்களுக்கு ஒருமுறை பூமியைச் சுற்றிவரும் நிலவு ஒவ்வொரு நாளும் விண்வெளியில் வெவ்வேறு இடத்தில் நிலை கொள்ளும். ஆகவே ஒவ்வொரு நாளும் கடல் ஏற்ற இறக்க நேரம் வேறுபட்டு அமையும்.

நிலவைப் போலத்தான் சூரியனும் ஈர்ப்பு ஆற்றலை வெளிப்படுத்த வல்லது. ஆனால் நிலவின் ஆற்றலைப்போல பகுதி அளவுதான் சூரியத் தாக்கம் அமைகிறது. சூரியன் நிலவைப் போல 400 மடங்கு தொலைவில் இருப்பதால் அதன் தாக்கம் நிலவை ஒப்பிடும்போது மிகக் குறைவு. நிலவு இல்லை என்றாலும் சூரியனின் இயக்கத்தால் கடல் ஏற்றம் இறக்கம் ஏற்படும்தான்... ஆனால் ஏற்றம் அவ்வளவு ஏற்றமாக இராது.

கடல் இறங்கிய நிலையிலும், கடல் ஏறிய நிலையிலும் கடலின் எல்லை வேறுபடும் என்பது தெளிவு. கடல் ஏற்றமாக உள்ளபோது கடலின் அலை வெகுவாக தரைப்பகுதியின் உள் நோக்கிப் பாயும். கடலின் மட்டமும் உயர்ந்து; தரைப்பகுதி மூழ்கும். கடல் இறக்க நிலையில் நீர் வடிந்துவிடும். கடல் அலைகளும் அவ்வளவாகப் பொங்காது. கடல் ஏற்ற இறக்க நிலைகளில் உள்ள எல்லைகளுக்கு இடைப்பட்ட கடலோரப் பகுதி உயிரின மண்டலத்தில் மிக முக்கியமான பகுதியாகும். சிறப்பான உயிரினங்கள் இங்கு வாழ்கின்றன. கடல்பாசி, சிறப்பு வகை புழுக்கள், கிரஸ்டாசியா (Crustacea) முதலிய உயிரினங்கள் விரவிக் கிடக்கின்றன. இவை பல்வேறு கடல்சார் பறவைகளுக்கு உணவாக விளங்குகின்றது.

அதுமட்டுமல்ல, நிலம் வாழ் உயிரினங்கள் பரிணமிக்கவும் கடல் ஏற்ற இறக்க மண்டலம் முக்கிய பங்கு வகித்தது என ஆய்வாளர்கள் கருதுகின்றனர்.

350 லட்சம் ஆண்டுகள் முன்பு பூமியில் உயிர் தோன்றியது. முதன்முதலில் உயிர் தோன்றியது நீரில்தான் என ஆய்வாளர்கள் கருதுகின்றனர். நீரில் தோற்றமெடுத்த உயிரினம் நிலத்தில் வேர் ஊன்றுவதற்கு முன்பு கடல் ஏற்ற இறக்க மண்டலத்தில் நிலை கொண்டது எனக் கருதுகின்றனர். இங்குதான் நிலத்தில் வாழ்வதற்கு ஏற்ற உடல்வாகு பெற்றது. பின்னரே நில வாழ் உயிரினமாகப் பரிணமித்தது என ஆய்வாளர்கள் கருதுகின்றனர்.

“நிலவே என்னிடம் நெருங்காதே”

“நீயில்லாமல் நானில்லை”

என்ற கவிதை வரிகளுக்கு ஒப்ப உள்ளபடியே நிலவு இல்லையேல் நாம் காணும் புவியும் இல்லை என்பதுதான் உண்மை.

நிலவின் ஈர்ப்பு சக்தியினால் கடல் ஏற்ற இறக்கம் நடைபெறுவது என்பது ஒரு வகையில் இயக்கத் தடையாகவும் அமைகிறது. பூமி தன்னைத்தானே தன் அச்சில் சுழல்கின்றது அல்லவா? இதன் காரணமாகவே பூமியில் காலை, மாலை, இரவு சுழற்சி ஏற்படுகிறது. கடல் ஏற்ற இறக்கம் என்பது இந்த சுழற்சிக்கு எதிராகச் செயல்புரியும் ஆற்றலாக விளங்குகிறது. இயக்கத் தடையாகச் செயல்படுகிறது. இதனால் மெல்ல மெல்ல பூமி சுழலும் வேகம் குறைந்து வருகிறது. 100 ஆண்டுகளுக்கு 0.002 வினாடி குறைகிறது. அதாவது 62500 வருடத்திற்கு ஒரு வினாடி குறைகிறது. அளவிட முடியாத அளவு இது மிகக் குறைவானது ஆகும். ஆகவே நமது வாழ்நாளில் ஏன் பல ல ஆயிரம் ஆண்டுகளுக்கு இதன் தாக்கம் எதுவும் புலப்படாது. ஆனால் பில்லியன் ஆண்டுகளுக்கு முன்பு புவியின் நாள் 20 மணி நேரம்தான் இருந்தது.

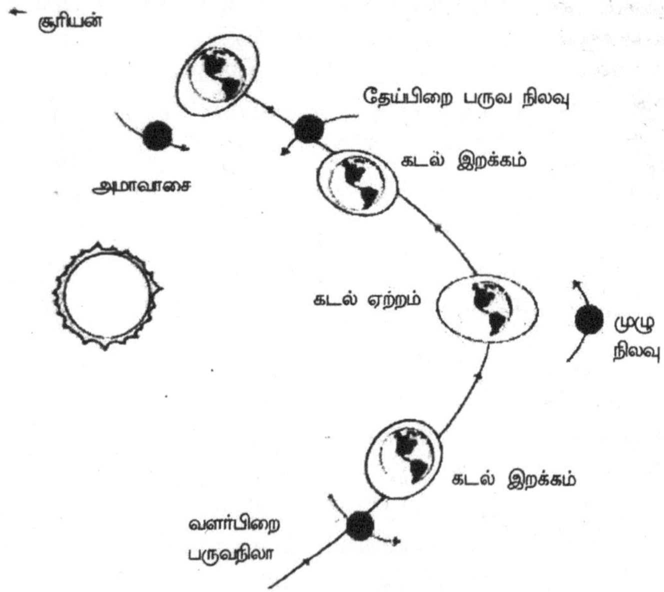

நிலவு புவியை சுற்றி தட்டாமலை சுற்றிச் செல்லும்போது புவியின் நீர்பரப்பு அதற்கேற்ப பொங்கி எழும். நிலவு ஒவ்வொரு நாளும் சுமார் 50 நிமிடம் தாமதமாக உதிப்பதால் ஒவ்வொரு இடத்திலும் ஏற்படும் கடல் ஏற்ற இறக்கம் ஒவ்வொரு சமயத்தில் நிகழும்.

அவ்வளவு வேக வேகமாக பூமி சுழன்றது. மூன்று பில்லியன் வருடத்திற்கு முன்பு அதாவது உயிரினம் தோன்றியபோது பூமியின் ஒருநாள் 12 மணி நேரம்தான்! மெல்ல மெல்ல பூமியின் வேகம் குறைந்தது. நிலவின் ஈர்ப்பு சக்தியினால் ஏற்பட்ட கடல் ஏற்ற இறக்கம் காரணமாக இயக்கத் தடை ஏற்பட்டது. பூமியின் ஒருநாள் என்பது சுமார் 24 மணி நேரமாக நீண்டது.

மறுபுறம் பூமியின் அருகாமையில் இருந்த நிலவு மெல்ல மெல்ல விலகிச்செல்கிறது. ஆண்டுக்கு சுமார் 3 செ.மீ வீதம் நிலவின் தொலைவு அதிகரித்துச் செல்கிறது என ஆய்வுகள் மெய்ப்பிக்கின்றன. அப்போலோ விண்கலத்தில் எடுத்துச் சென்ற கண்ணாடியில் புவியிலிருந்து லேசர் கதிரைப் பாய்ச்சி சோதனை செய்து வருகின்றனர். நிலவு சென்று மறுப்பு பிரதிபலித்து புவியை அடையும் ஒளியை ஆராய்கின்றனர். இந்த ஒளி புவியிலிருந்து நிலவு சென்று திரும்ப எடுக்கும் கால அவகாசம் கொண்டு நிலவின் தொலைவை அளக்கின்றனர். இவ்வாறு அளந்து பார்த்தபோது ஆண்டுக்கு சுமார் 3.8 செ.மீ தொலைவு நிலவு விலகிச் செல்வது விளங்கியுள்ளது.

6

நிலவே நீ என்னைத் தொடாதே

பூமியின் ஒருநாள் என்பது 24 மணி நேரம் என்பதை நாம் அனைவரும் அறிவோம். பூமி தன் அச்சில் தன்னைத்தானே சுற்றிச் சுழல்வதால்தான் காலை, மாலை ஏற்படுகிறது. கிழக்கில் உதித்து சூரியன் மேற்கில் மறைவது போன்ற தோற்றப் புலப்பாடும் பூமி சுழல்வதினால்தான் என்பதை நாம் அறிவோம்.

ஆனால் என்றும் இப்படி இருந்ததில்லை. பூமியின் கடல் ஏற்ற இறக்கம் காரணமாகக் கடல்நீர் நிலத்தில் பாய்கிறது. கடலோரத்தில் நீர் உயர்கிறது. இதன் காரணமாக உராய்வு ஏற்படுவது என்பது தெளிவு. நிலவின் ஈர்ப்பு சக்தியினால் கடல்நீர் கவரப்பட்டு கடல் ஏற்ற இறக்கம் ஏற்படுவதால் இந்த உராய்வு ஏற்படுகிறது என்பது வெள்ளிடைமலை. பூமியின்

அப்போலோ திட்டத்தின் பகுதியாக நிலவில் முகம்பார்க்கும் கண்ணாடி போன்ற அமைப்பு பொருத்தப்பட்டுள்ளது.

சுழற்சிக்கு எதிர்த்திசையில் இவ்விசை செயல்படுகிறது என்பதுதான் சிறப்புச் செய்தி.

பூமியின் சுழற்சிக்கு எதிர்த் திசையில் நிலவின் கவர்ச்சியினால் ஏற்படும் கடல் ஏற்ற இறக்கம் விசை செலுத்துகிறது என்பதை வேறு வகையில் கூறப் போனால் பூமிக்கு வேகத்தடையாகச் செயல்படுகிறது என்று கூறலாம்.

உள்ளபடியே ஒரு நூற்றாண்டிற்கு இரண்டு மில்லி வினாடி (0.002 வினாடி) என்ற விகிதத்தில் பூமியின் சுழற்சி தடைபடுகிறது. சட்டென்று நோக்கினால் இது ஒரு பொருட்டே இல்லை என்றுதான் தோன்றும். 62400 வருடத்திற்கு ஒரு வினாடி இழப்பு ஏற்படுகிறது. 100 ஆண்டுகளுக்கு 2 மில்லி செகண்டு இழப்பு என்பதை அளவிடுவதுகூட எளிதல்ல. இதைப் போய்ப் பெரிதாகப் பேச வேண்டுமா என்ற கேள்வி எழுவது இயற்கை..

புவி தன்னைத்தானே சுழல இன்று சுமார் 86400.002 வினாடி கால அவகாசம் எடுத்துக் கொள்கிறது. ஆனால் 1820-இல் இது 86400 என அமைந்திருந்தது. இதே விகிதத்தில்தான் முன்பு எல்லாம் பூமியின் சுழற்சி வேகம் குறைந்து வந்தது என்று கொண்டால், 100 கோடி ஆண்டுகளுக்கு முன்பு ஒருநாள்

நிலவில் பொருத்தப்பட்ட கண்ணாடி மீது லேசர் ஒளி பாய்ச்சி ஆராய்கின்றனர். நிலவிலிருந்து பிரதிபலித்துத் திரும்பும் ஒளி எடுக்கும் கால அவகாசத்தை வைத்து நிலவின் தொலைவைக் கணக்கிடுகின்றனர். ஆண்டுக்கு சுமார் 3.8 செமீ. தொலைவு நிலவு விலகிச் செல்கிறது என மதிப்பிட்டுள்ளனர்.

என்பது இருபத்தி நான்கு மணி நேரம் என்று இருந்திருக்காது. சுமார் 12 மணி நேரம்தான் ஒருநாள் என்ற அசுர வேகத்தில் பூமி சுழன்று கொண்டிருந்திருக்கும். நிலவு ஏற்படுத்தும் வேகத்தடையினால்தான் தற்போது உள்ள 24 மணிநேர நாள் ஏற்பட்டது. நிலவு மட்டும் இல்லை என்றால் ஒருநாள் என்பது 10 மணிநேரம், 12 மணிநேரம் என்றுதான் இருந்திருக்கும். பூமி தோன்றிய 4.5 பில்லியன் ஆண்டுக்கு முன்பு பூமியின் ஒருநாள் என்பது வெறும் 23400 வினாடிகள்தான். அதாவது 6 மணி 30 நிமிடம்தான். பிறகு மெல்ல மெல்ல சுழற்சி வேகம் குறைந்து 24 மணி நேரமாக நீட்சி பெற்றது என கருதுகிறார்கள்.

நிலவு என ஒன்று இல்லாமல் புவியின் ஓர்நாள் 10-12 மணிநேரமாக இருந்திருந்தால் அதன் பின்விளைவுகள் என்னவாகியிருக்கும். 8 மணிநேரம் உழைப்பு, 8 மணிநேரம் ஓய்வு, 8 மணிநேரம் தூக்கம் என்பதற்கு பதிலாக 3 அல்லது 4 மணித் துளிகளில் இரவு ஏற்பட்டு உறக்கத்தில் ஆழ்ந்துவிட வேண்டியிருக்கும்.

வெகு விரைவாகப் படுக்கையில் சாய்ந்து நித்திரை என்பதைத் தவிர வேறு விளைவுகள் உண்டா? சுமார் 3.5 பில்லியன் வருடம்

நிலவு ஏற்படுத்தும் கடல் ஏற்ற இறக்கம் புவியின் பல நிகழ்வுகளுக்கு முக்கிய காரணம். நிலம் வாழ் உயிரினத் தோற்றம், புவியின் 24 மணிநேர நாள் முதலியவற்றில் நிலவின் பங்கு முக்கியமானது.

முன்பு புவியின் ஒருநாள் 20.11 மணி நேரம்தான். பின் மெல்ல மெல்ல அதிகரித்து 10 கோடி வருடத்திற்கு முன்பு ஒருநாள் என்பது 23.6 மணி என நீட்சி பெற்றது என ஆய்வுகள் தெரிவிக்கின்றன.

உயிரினங்கள் எல்லாம் இன்றைய புவியின் சுழற்சிக்கேற்ப 24 மணிநேர உள் கடிகாரம் கொண்டுள்ளது. உயிரி கடிகாரம் Bio- logical Clock என்பார்கள். புவியின் சுழற்சி 10-12 மணி நேரமாக அமைந்திருக்கும்போது பரிணமிக்கும் உயிரினங்களில் உயிரி கடிகாரமும் 10-12 மணி நேரமாகத்தான் அமையும் என்பதில் சந்தேகமில்லை. 10-12 மணிநேர நாளில் 6 மணி இரவு 6 மணி பகல் என்று அமையும்போது வேட்டையாட, விளையாட, சூரிய ஒளியில் உணவு உற்பத்தி செய்ய, விழிப்புடன் இயங்க குறைவான கால அவகாசமே கிட்டும். ஆகவே அத்தகைய சூழலில் வெகு சிக்கலான உயர் உயிரினங்கள் சாத்தியமாகுமா என்பது கேள்விக்குறிதான்.

1000 கோடி வருடத்திற்குப் பிறகு நிலவு வெகு தொலைவு செல்லும். புவியின் ஒரு பகுதியினருக்குத்தான் நிலவு புலப்படும்.

புவியின் சுழற்சி வேகத்திற்கு ஏற்ப காற்றின் வேகம் அமையும். குறைவான கால அவகாசத்தில் வெகுவேகமாக பூமி சுழன்றால் பூமியில் வீசும் காற்றின் வேகமும் அதிகரிக்கும். சூறாவளிகள் மிகுந்த வலுவுடனும் அதிக காலமும் வீசும். 10 மணித் துளியில் தன்னைத்தானே சுற்றிச் சுழலும் வியாழன் கோளில் காற்று வெகுவேகம் கொண்டது. பல நூற்றாண்டுகள் நிலைத்து நீடிக்கும் சூறாவளிகளைக் கொண்டுள்ளது.

அம்மியே அடித்துச் செல்லும்படி வேகமான காற்று வீசிக் கொண்டே இருக்கும் பூமியில் எத்தகைய உயிரினங்கள் சாத்தியப்படும்? மரங்கள் வேரோடு சாய்ந்து விடாமல் இருக்க அதிக சுழற்சிக்கும் வலுவான வேர்களுடனும் அமைய வேண்டி வரும். அதிகக் கிளை, இலை இல்லாமல் இருக்க வேண்டும். அப்படிப்பட்ட நிலையில் எத்தகைய உயிரினச் சூழல் சாத்தியப்படும் கற்பனை செய்து பாருங்கள்.

எந்தவொரு விசைக்கும் எதிரான சமமான விசையிருக்கும் என்பது நியூட்டன் விதி அல்லவா? பூமியின் சுழற்சியின் மீது நிலவு வேகத்தடை ஏற்படுத்துகிறது என்றால் அதன் எதிர்வினை என்ன?

நிலவு மெள்ள மெள்ள பூமியை விட்டு அகன்று செல்கிறது. ஆண்டுக்கு சுமார் 3 செ.மீ தொலைவு அகன்று செல்கிறது. கட்டை விரலை முகத்திற்கு நேர் எதிராக நீட்டினால் அதனால் நிலவை இன்று மறைத்து விடலாம். விரல் அகலம்தான். ஆனால் பல கோடி ஆண்டுகளுக்கு முன்பு விரித்த கையால்கூட நிலவை மறைத்துவிட முடியாது. அருகாமையில் இருந்தால் நிலவு பார்வைக்குப் பெரிதாகப் புலப்பட்டிருக்கும். அன்று முதல் இன்றுவரை நிலவு மெல்ல மெல்ல அகன்று செல்கிறது. நிலவின் தொலைவு அதிகரிக்க அதிகரிக்க அது புவியின் மீது செலுத்தும் கவர்ச்சி விசையும் குறையும். ஒரு கட்டத்தில் சுமார் 100 கோடி வருடங்களுக்குப் பிறகு நிலவின் விசை பகுதியாகக் குறையும். பின்னர் ஒரு கட்டத்தில் பூமியின் வேகம் வெகுவாகக் குறைந்து பூமியும் நிலவும் ஒருசேரச் சுழலும். 'அதாவது பூமியின் ஒருநாள்' என்பது சுமார் 27 நாட்கள் என்று ஆகும். அப்போது பூமியின் ஒரு பகுதியில் உள்ளவருக்குத்தான் நிலவு புலப்படும். பூமியின் மறுபுறத்தில் உள்ளவர்களால் நிலவைக் காணவியலாது! இன்றல்ல 100 கோடி வருடத்திற்குப் பிறகு. சுமார் 1000 கோடி வருடத்திற்குப் பிறகு புவியின் ஒரு சுழற்சி சுமார் 960 மணித்துளி என அமையும். நிலவு சுமார் 6,50,000 கி.மீ தொலைவில் செல்லும். புவியும் நிலவும்

ஒருசேர தாளம் போட்டுச் சுற்றுவதுபோல சுற்றும். அந்நிலையில், புவியின் ஒரு பகுதியில்தான் நிலவு தெரியும்!

"நிலவைப் பார்த்து பூமி சொன்னது
என்னைத் தொடாதே"

என்று கவிஞர் வேண்டுமென்றால் பாடிச் சென்று விடலாம். நிலவு தீண்டவில்லை என்றால் அசுர வேகத்தில் பூமி சுழன்று நாம் காணும் உயிரினங்கள் சாத்தியமில்லாமல் போயிருக்கும் என்பதுதான் மெய்.

7

வெண் நிலவே, வெண் நிலவே....

வெள்ளித்தட்டு போல ஒளிரும் முழு நிலவின் முகம் கூட கூர்ந்து பார்ப்பவர்களுக்கு ஒளிரும் பந்து போல காட்சி தராது. சற்றே கூர்ந்து கவனித்தால் நிலவின் முகத்திரையில் அங்கும் இங்கும் திட்டுத்திட்டாகப் புலப்படுவது தெரியும்.

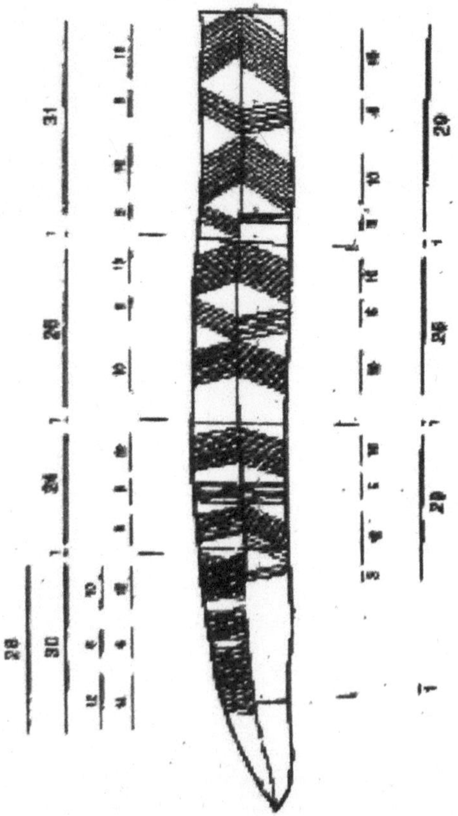

கற்காலம் முதற்கொண்டு நிலவு இயக்கம் குறித்து மனிதன் சிந்தித்துள்ள தடயம் உள்ளது. நிக்கோபர் தீவுகளில் ஆதிவாசிகளிடையே கண்டெடுக்கப்பட்ட இந்த மரப்பட்டை சுமார் 10000 ஆண்டு தொன்மையானது என மதிப்பிடுகின்றனர். நிலவின் வளர்பிறை தேய்பிறை இயக்கம் இதில் பதியப்பட்டுள்ளது. எனவே கற்காலம் தொட்டு நிலவின் இயக்கத்தை மனிதர்கள் ஆராய்ந்துள்ளனர் என்பது புலனாகிறது.

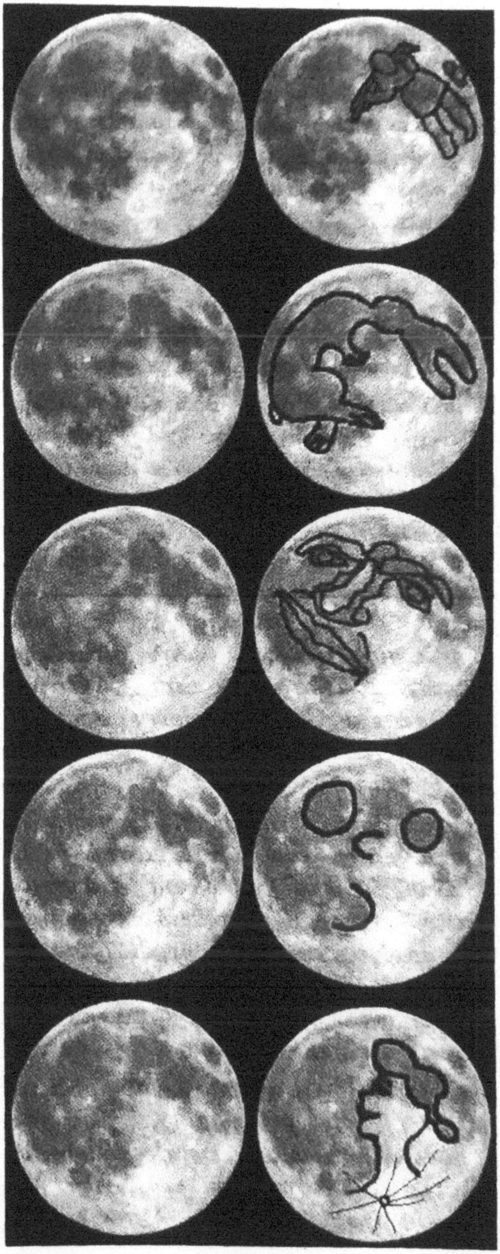

வெறும் கண்களுக்குப் புலப்படும் கருமைத் திட்டுகளைப் பாட்டி வடை சுடுவது முதல் டிராகன் வரை பல கற்பனைச் சித்திரங்களாகப் புனைந்துள்ளனர்.

நிலவில் முயல்

ஒரு சமயம் புத்தபிரான் காட்டின் வழியே தன் சீடர்களுடன் சென்று கொண்டிருந்தார். அடர்ந்த காடு. பல நாட்கள் நடந்த பின்னரும் அடுத்த ஊர் வரவில்லை. பிச்சை எடுத்துதான் உணவு உட்கொள்ள வேண்டும் என்ற கொள்கை வைத்திருந்தனர். எனவே உணவுப் பொருட்கள் எதுவும் எடுத்து வரவில்லை. நல்ல பசி, கொடும்பசி.

பசியோடு காட்டில் இரவில் தங்கினர் புத்தபிரானும் அவரது சீடரும். நெருப்பு வளர்த்துக் குளிர் காய்ந்தனர்.

அக்காட்டில் இருந்த ஒரு முயல் புத்தரைக் கண்டது. புத்தபிரானை நேரடியாகக் கண்ட மகிழ்ச்சியில் துள்ளிக் குதித்தது. புத்தரை அணுகியது.

புத்தரும் சீபர்களும் பசியால் வாடுவதைக் கண்ட முயல் குளிர்காய பற்ற வைத்த நெருப்பில் தானே விழுந்து தன்னைத் தியாகம் செய்து புத்தருக்கு உணவாக முயற்சித்தது. முயலின் அன்பையும் தியாகத்தையும் கண்ட புத்தர் முயல் வடிவை நிலவில் பதித்தார். அன்பும் பிரியமும் தியாகமும் உலகம் முழுவதும் பரவ வேண்டும் என விரும்பினார். அவ்வாறு முயல் நிலவில் பதிந்தது.

பாட்டி வடை சுட்டுக் கொண்டிருக்கிறாள். நிலவில் முயல் உள்ளது என பற்பல நாடோடிக் கதைக்குக் களம் அமைப்பது இந்தக் கருமைத் திட்டுகள்தாம். மேகத்தைப் பார்த்து யானை, குடை என புனைவு செய்வது போல் நிலவின் கருமைத் திட்டுகளைக் கண்டு பல பண்பாடுகளில் பல வகையான கற்பனைகளைப் புனைந்துள்ளனர்.

கருமைப் படலமும், ஒளிப் பகுதியும், ஆங்காங்கே கோடுகள் போலவும் புலப்படும். நிலவை வரைபடமாகத் தீட்ட பலர் முனைந்ததில் வியப்பில்லை. சகலகலா வல்லவன் லியனார்டோ டாவின்சி என்ற இத்தாலியக் கலைஞன், விஞ்ஞானி கூட நிலவின் முகத்தை வரைந்திட முற்பட்டுள்ளார். கி.பி. 1505ஆம் ஆண்டு வாக்கில் இவரது ஓவியம் தீட்டப்பட்டது. அங்கும் இங்குமாக நிலவை அவர் ஓவியமாகத் தீட்டியுள்ளார். எனினும் முழு நிலவு முகம் வரையப்படவில்லை.

வரலாறு என்று பார்த்தால் இதுவரை காலத்தால் முற்பட்ட நிலவுச் சித்திரம் கி.மு. 3000 ஆண்டில், அதாவது இன்றைக்கு 5000 ஆண்டுகளுக்கு முன்பு தீட்டப்பட்ட பாறை ஓவியம்தான் புதிய கற்காலத்தைச் சார்ந்த அகழ்வாராய்ச்சி பகுதியான நியூ கிராஞ்ச் (New Grange) எனும் பகுதியில் இந்தத் தொல் ஓவியம் கிடைத்துள்ளது. பாறாங்கல்லில் செதுக்கப்பட்ட இந்த ஓவியங்களில் ஒன்று நிலவின் வரைபடம் போல புலப்படுகிறது. 1999இல் தான் இந்தத் தொல்பொருள் கண்டுபிடிக்கப்பட்டது என்பது சிறப்பு.

ஐரோப்பாவில், லியனார்டோ டாவின்சியைத் தொடர்ந்து பலரும் நிலவைப் படம் தீட்ட முற்பட்டுள்ளனர். 1600ஆம் ஆண்டு எலிசபெத் மகாராணியின் தலைமை மருத்துவர் வில்லியம் கில்பர்ட் (William Gillbert) என்பவரும் நிலவைக் குறித்து ஆராய்ந்துள்ளார். காந்தபுல ஆராய்ச்சிக்காக பிரபலமான கில்பர்ட் தனது கண்களுக்குப் புலப்படும் நிலவை சரியாக வரைபடம் தீட்ட முயற்சித்தார். 1651இல் வெளியிடப்பட்ட இந்த வரைபடம் சற்றேறக்குறைய 1603இல் தீட்டப்பட்டது என கருதப்படுகிறது. நிலவின் முக்கிய கருமைப் பகுதிகள் இவரது வரைபடத்தில் காணக் கிடைக்கிறது.

தொலைநோக்கி வடிவமைப்பு வானவியல் புரட்சியை ஏற்படுத்தியது. வெறும் கண்களுக்குப் புலப்படுவதைவிட வெகுதெளிவாக நிலவு மற்றும் வான்பொருட்களின் அமைப்பு

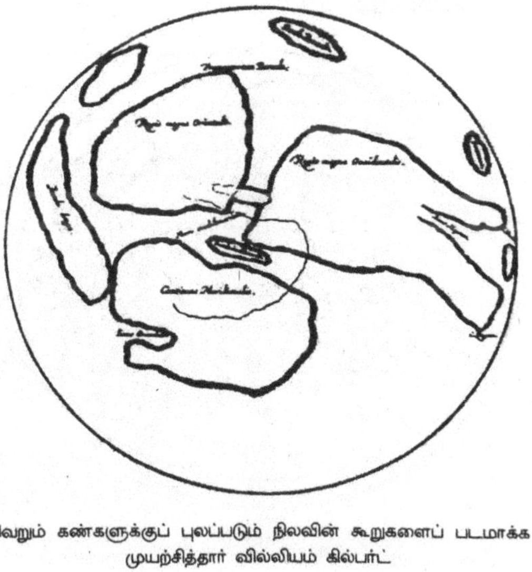

வெறும் கண்களுக்குப் புலப்படும் நிலவின் கூறுகளைப் படமாக்க முயற்சித்தார் வில்லியம் கில்பர்ட்

தொலைநோக்கிவழி புலப்பட்டது. 1608ஆம் ஆண்டில் ஹாலந்து நாட்டில் முதல் தொலைநோக்கிகள் வடிவமைக்கப்பட்டன. ஆயினும் பெரும்பாலும் இவை புவி தரைப்பரப்பில் வெகு தொலைவு பொருட்களைக் காண்பதற்குத்தான் பயன்பட்டது. தொலைவில் வரும் எதிரிப் படை வீரர்களை வேவு பார்த்தல்; தொலைவில் உள்ள எதிரிக் கப்பலை இனம் காணுதல் என போர்ப் பயன்பாடு ஓங்கி இருந்தது. இல்லை என்றால் வேடிக்கை கேளிக்கைப் பொருளாக தொலைநோக்கி பயன்பட்டு வந்தது.

தாமஸ் ஹாரியாட் (Thomas Harriott) எனும் கணிதவியல் நிபுணர் தொலைநோக்கி வழி நிலவை ஆராய்ந்தார். வால்டர் ரேலைத் எனும் இயற்பியல் அறிஞரின் ஆசிரியராகத் திகழ்ந்த ஹாரியாட் ஹாலந்திலிருந்து தொலைநோக்கியைத் தருவித்தார். ஜூலை 1609ஆம் ஆண்டு ஹாரியாட் தாம் கண்ட நிலவின் முகத்தை வரைபடமாகப் பிரசுரித்தார். இதுவரை நாம் அறிந்ததிலேயே முதன்முதலாகத் தொலைநோக்கி வழி நிலவின் முகத்தை கண்டு சித்திரம் தீட்டியவர் தாமஸ் ஹாரியாட் என்பார்தாம். இவர் 1621ஆம் ஆண்டு இறந்தார். இவரது தொலைநோக்கி அவ்வளவு துல்லியமானது அல்ல. கரடுமுரடான அமைப்பு அவ்வளவே.

தொலைநோக்கி வழி ஹாரியாட் தீட்டிய நிலவுப் படம்.

திருக்குறளில் நிலவு

குடிப்பிறந்தார் கண்விளங்கும் குற்றம் விசும்பின்
மதிக்கண் மறுபோல் உயர்ந்தது (957)

உயர்குடி மக்களிடம் உள்ள சிறு குறைகள் உயர்ந்த இடத்தில் உள், நிலா (மதி முகத்தில் உள்ள சிதறிய கறைகள் போல தெளிவாக எடுத்துக் காட்டப்படும் என்கிறார் வள்ளுவர். நிலவின் கருமைப் பகுதிகள் பண்டைய காலத்திலேயே உணரப்பட்ட விசயம்தான்.

தொலைநோக்கியை வான ஆராய்ச்சிக்குப் பயன்படுத்துவதில் தலையாயவராகப் போற்றப்படும் கலீலியோ, 1609ஆம் ஆண்டு ஜனவரி தனது வான் ஆராய்ச்சியைத் துவங்கினார். அதற்கு முன்பு அவர் செவி வழியாகத் தொலைநோக்கி குறித்து கேள்விப்பட்டிருந்தார். தொலைநோக்கி என்ற கருவி வேலை செய்வது எப்படி என்பதைக் குறித்து சிந்தனைப்பட்டார் கலீலியோ. தொலைநோக்கி வடிவமைக்க அன்று எளிதில் சந்தையில் கிடைக்கும் லென்சுகள் பயன்படுத்தி வந்தனர். மூக்குக் கண்ணாடிக்காக உருவாக்கப்பட்டவை இந்த லென்சுகள். எனவே, தொலை நோக்கிக்குப் பொருந்திய லென்சுகள் அல்ல.

கலிலீயோ கலிலீ

தொலைநோக்கி வடிவமைப்பு குறித்து ஆராய்ந்த கலீலியோ, சந்தையில் கிடைக்கும் லென்சுகளை மட்டும் நம்ப வில்லை. தமக்குத் தேவையான லென்சை அவரே வடிவமைத்து தயாரித்துக் கொண்டார். சற்றேறக்குறைய 9 மடங்கு உருப்பெருக்குத் திறன் கொண்ட தமது நுண்ணிய தொலைநோக்கியில் நிலவைக் கண்டபோது திகைத்துப் போனார் கலீலியோ. வியந்து சிலை ஆனார்.

அவரது எளிய தொலை நோக்கியிலேயே நிலவின் முகத்தில் உள்ள ஏற்ற இறக்கங்கள் புலப்பட்டன. மலை, மடு, பள்ளம், பரந்த நிலம் என நிலப்பரப்புக் கூறுகள் அவர் கண்முன் விரிந்தன. கருமைப் படலங்கள் உள்ளபடியே தாழ்நிலங்கள் எனக் கண்டார்

கலீலியோ. எனவே, இவை கடல்கள் என கற்பிதம் செய்தார். நிலவில் தாம் காணுவது மலைகள்தாம் என கலீலியோ முடிவுக்கு வந்தவிதம் மிகவும் அற்புதமானது. அறிவியல் ஆய்வுமுறைக்கு ஒரு சிறந்த எடுத்துக்காட்டு.

உயரமான கம்பு ஒன்றை எடுத்துக் கொள்வோம். நெடுவாக நடப்பட்டுள்ள கம்பின் நிழல் அதிகாலையில் நீளும். உச்சிவெயிலில் குறையும். பின் மறுபடி மாலையில் அதன் நீளம் அதிகரிக்கும். அதுபோல நிலவின் முகத்தில் சில பகுதிகளில் நிழல் மாறிமாறி அமைவதைக் கண்டார் கலீலியோ. மேலும், மலைப்பாங்கான பகுதியில் மலைஉச்சி முதலில் சூரிய ஒளியில் ஒளிரும். அதன் பின்னர்தான் மலைப் பள்ளத்தாக்கில் சூரிய ஒளி படரும்.. அதுபோல, நிலவின் மலை உச்சி முதலிலும் பின்னரே பள்ளத்தாக்கிலும் சூரிய ஒளி படருவதைக் கண்டார் கலீலியோ.

வளர்பிறை, தேய்பிறை என்பது நிலவின் பகல் இரவு மாற்றமே ஆகும். நிலவில் 13 நாட்கள் பகல் 13 நாட்கள் இரவு. எனவே, வளர்பிறை என்பது பகல் பொழுது புலரும் நேரம். முழுநிலவு என்பது நிலவின் பகல் பகுதி புவிநோக்கி உள்ள கட்டம். தேய்பிறை என்பது மாலை மங்கி இரவு சாயும் நேரம். அமாவாசை என்பது நிலவின் இரவுப் பகுதி புவி நோக்கி உள்ள கட்டம்

வளர்பிறையின் போது, இரவுப் பகுதியில் சில புள்ளிகள் (மலை உச்சிகள்) ஒளிர்வதைத் தொலைநோக்கியில் கண்டார் கலீலியோ. இப்புள்ளிகளைச் சுற்றிய பகுதி அப்போது இருளில்தான் மூழ்கி இருந்தது. இதே உச்சிப்பகுதிகள் தேய்பிறை யில் இரவு படர்ந்த பின்னரும் சற்றே ஒளிர்ந்து நிற்பதைக்

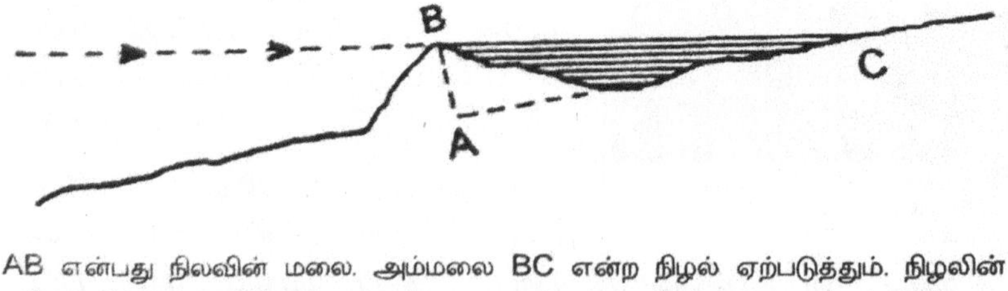

AB என்பது நிலவின் மலை. அம்மலை BC என்ற நிழல் ஏற்படுத்தும். நிழலின் நீளம் கொண்டு ABயின் உயரத்தை அளக்கலாம். இவ்வாறு தான் கலிலீயோ நிலவின் மலைகளின் உயரத்தை இனம் கண்டார்.

கண்டார். சுற்றும்முற்றும் இருள் கவிந்து இரவு படர இப்புள்ளிகள் மட்டும் ஒளியில் ஒளிர்ந்தன.

மலைமுகடுகளும் பள்ளத்தாக்குகளிலுமே இத்தகு நிகழ்வு ஏற்படும். எனவே இப்புள்ளிகள் மலைமுகடாக இருக்க வேண்டும் என்ற கருத்தினை எட்டினார் கலீலியோ.

தொலைநோக்கியும் கையுமாக இருந்த கலீலியோவுக்கு நிலவின் புதுமுகம் புலப்பட்டது. நிலவின் மலை, பள்ளம், மடு, அம்மைத்தழும்பு போன்ற கிண்ணக்குழிகள் எல்லாம் புலப்பட்டன என்றாலும் லியனார்டோ போலவோ, ஹாரியட் போலவோ, நிலவின் முழு வரைபடத்தை வரைய எத்தனிக்கவில்லை கலீலியோ. அதற்குள் மதவாதிகளின் எதிர்ப்பிற்கு உள்ளாகியிருந்தார் கலீலியோ. மத அடிப்படைகளுக்கு விரோதமாகப் புவிதான் சூரியனைச் சுற்றுகிறது எனக் கூறினார். மேலும், சூரியனே மையத்தில் உள்ளது. நிலவு களங்கமற்ற கோள் வடிவான பொருள் அல்ல. அதன் மீதும் மலையும் மடுவும் உள்ளது எனக் கூறத் துணிந்தார் கலீலியோ. மதவாதிகளால் துரத்தப்பட்டார். அவர் மீது விசாரணை நடத்தி அவர் தண்டிக்கப்பட்டார். அவரது வாழ்நாள் முழுவதும் வீட்டுக் காவலில் வைக்கப்பட்டதுடன், அவரது நூல்கள் தடை செய்யப் பட்டன. அவரது கருத்துகளை வெளியிட அவருக்குத் தடை உத்தரவு பிறப்பிக்கப்பட்டது. அவர் மடிந்தபோது அவரது உடலை தேவாலய மயானத்தில் சவ அடக்கம் செய்யக் கூட அனுமதிக்கவில்லை. என்ன விசித்திரம்?! அவர் நரகம்தான் செல்வார் என கிறித்துவ குருமார்கள் திட்டவட்டமாக அறிவித்தனர்.

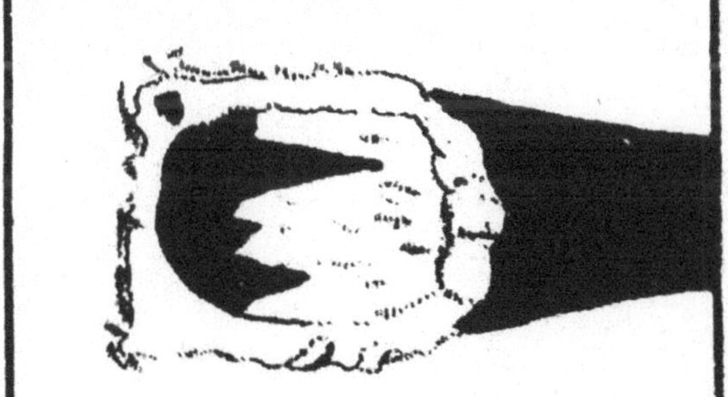

சூரிய உதயம்

பிளாட்டோ கிண்ணக்குழி
சூரிய உதயத்தின் போது பிளாட்டோ கிண்ணக்குழியைச் சுற்றி உள்ள மலைகள் ஏற்படுத்தும் நிழலைக் கவனி.

பூனை கண்களை மூடினால் உலகம் என்ன இருண்டு விடுமா? கையால் சூரியனை மறைக்க முடியுமா என்ன? மதகுருமார்கள் என்னதான் தாண்டவமாடினாலும் மெய் வெளிப்பட்டுதானே ஆகும். தொலைநோக்கியின் பயன் காலப்போக்கில் உறுதிப்பட்டது. தொலைநோக்கி காட்டும் காட்சி மெய்தான் என்பது காலம் செல்லச் செல்ல மெய்ப்பட்டது. அறிவீனம் என்ற இருள் சற்றே அகன்றது. அறிவியல் ஒளி படர்ந்தது.

வெண்நிலவு விண்ணைத் தாண்டி வந்தது. கலிலீயோவின் தொலைநோக்கி வழி விளையாட ஜோடி ஆனது.

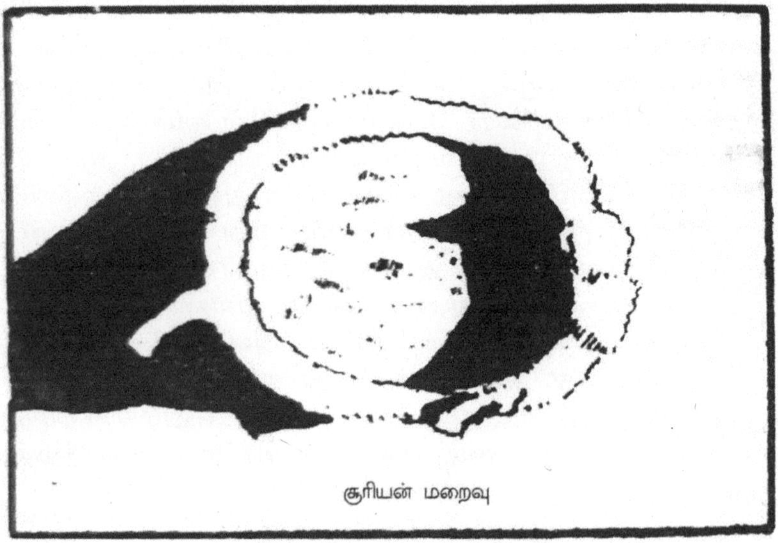

பிளாட்டோ கிண்ணக்குழி மாலையில் சூரியஒளி நேர் எதிரே பாயும்போது விழும் நிழல் வேறுபட்டு அமைவதைக் காணலாம்.

8

எங்கே கலிலீயோ?

கலிலீயோவிற்கு பிறகு சற்றே தடைப்பட்ட தொலைநோக்கி ஆய்வு 1647ல் புதிய உத்வேகம் பெற்றது. போலந்து நாட்டின் டென்ஸிங் (*Denzig*) நகரின் நகர்மன்ற உறுப்பினராக இருந்த

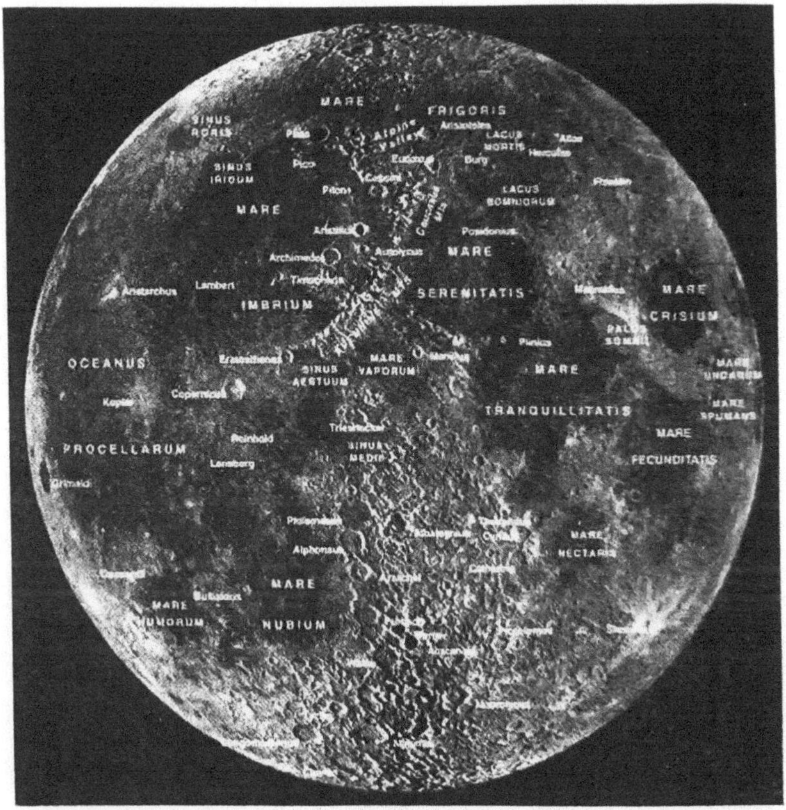

நிலவின் நிலக்கூறுகளுக்கு வானவியல் அறிஞர்களின் பெயரை இடும் வழக்கத்தை ரிக்ஸியேயொலி என்பவர் துவக்கி வைத்தார். அவர் வைத்த பெயர்களில் பல இன்றும் வழக்கில் உள்ளன.

ஹெவேலியஸ் (Hevelius) என்பார் இந்தக் கதையின் நாயகன். அவரது வீட்டின் மொட்டை மாடியில் வான் ஆய்வுக் கூடத்தை நிறுவினார் ஹெவேலியஸ். அன்று கிடைத்த மிக நுண்ணிய தொலைநோக்கியை வாங்கி அவரது ஆய்வுக்கூடத்தில் நிறுவினார். அவரது தொலைநோக்கி மிக நீளமாக கையாள்வதற்குக் கடினமானதாக இருந்தது. எனினும் பொறுமை இழக்கவில்லை ஹெவேலியஸ். பொறுமையாகச் சலியாது நிலவு ஆய்வை மேற்கொண்டார் சுமார் 93 அடி அகலமுடைய அளவில் நிலவின் வரைபடத்தைத் தீட்டினார். நிலவில் புலப்பட்ட நிலப்பரப்பு செய்திகளைத் துல்லியமாகப் பதிவு செய்தார் இவர். மேலும் கலீலியோ போன்றே நிலவின் மலை உயரத்தையும்

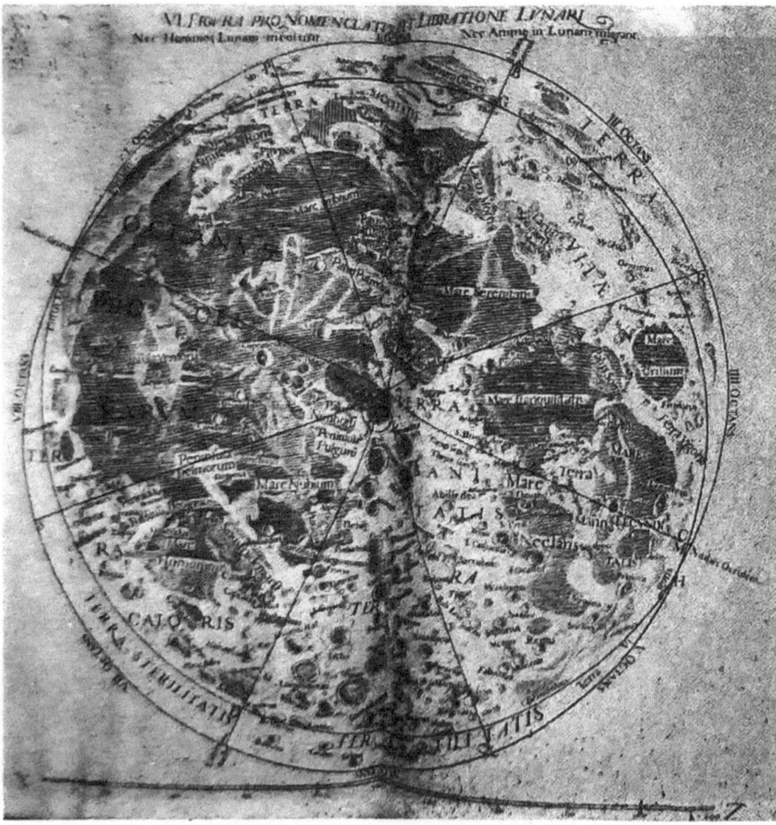

தனது மாணவன் கிரிமால்டி தொகுத்த தரவுகளைக் கொண்டு ரிக்ஸியோலி தீட்டிய நிலவு வரைபடம்

அளந்தார். கலீலியோவை விட மிகத் துல்லியமாக நேர்த்தியாக இவரால் மலை உச்சியின் உயரங்களை அளக்க முடிந்தது.

நிலவின் தரைப்பரப்பை வரைபடமாகத் தீட்டிய ஹெவேலியஸ் இவற்றிற்குப் பெயரிடுவதைக் குறித்து சிந்தித்தார். பல்வேறு யோசனைகள் தோன்றின. இறுதியில் புவிப்பரப்பு பெயர்களையே நிலவுக்கும் இடுவது என தீர்மானித்தார். இன்று காப்பர்நிகஸ் என்று அழைக்கப்படும் கிண்ணக்குழி இவரால் ‘எட்னா’ என பெயரிடப்பட்டது. எட்னா என்பது இத்தாலியின் பிரபல எரிமலை. பிளேட்டோ என்று இன்று அழைக்கப்படும் குழி ‘க்ரேட் பிளக் லேக்’ என பெயரிடப்பட்டது. இதுவும் ஐரோப்பிய ஏரி ஆகும். இவர் இட்ட பெயரில் ஒருசில இன்றும் பயனில் உள்ளது என்பது சிறப்புச் செய்தி ஆகும்.

ஆயினும் புவிப்பெயர்களை நிலவின் நிலப்பரப்பு கூறுகளுக்கு இடுவதைப் பொருத்தமாகக் கருதவில்லை அறிஞர்கள்.

*1651*இல் தனது மாணவன் கிரிமால்டி *(Grimaldi)* என்பார் தொகுத்த தொலைநோக்கி ஆய்வு வரைபடங்களைக் கொண்டு சிவோனி படிஸ்டா ரிக்ஸியோலி *(Giovanni Battista Riccioli)* எனும் இத்தாலிய செசுவைட் பாதிரியார் நிலவின் வரைபடத்தைத்

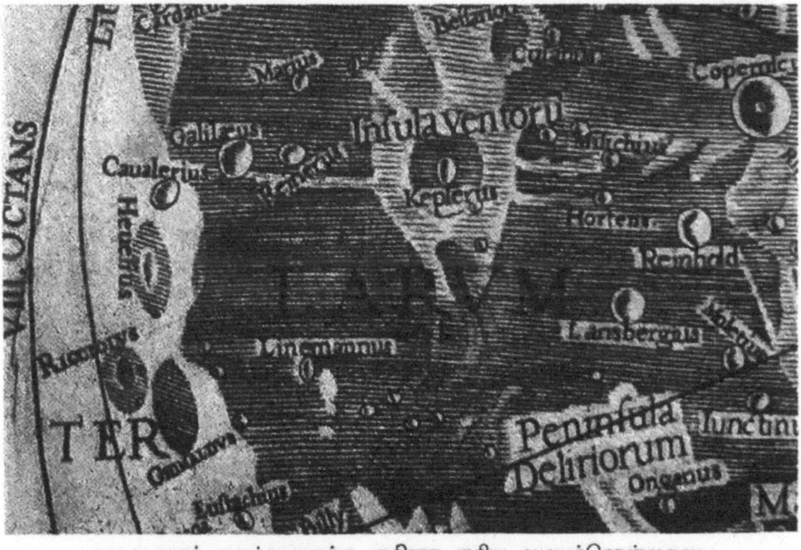

தனது மதக் கருத்துகளுக்கு எதிராக சூரிய மையக்கொள்கையை வலியுறுத்திய கலிலீயோ பெயரில் உப்புச்சப்பு இல்லாத சிறிய கிண்ணக்குழி ரிக்ஸியோலியின் வரைபடம்.

தீட்டினார். இதுவும் சுமார் 93 அடி அகலமுடைய சித்திரம். நிலவுக்குப் பெயரிடுவதில் புதிய போக்கையும் உருவாக்கினார் ரிக்ஸியோலி. கருமைத் திட்டுகளாகப் புலப்படும் தாழ்நிலப் பகுதிகளுக்கு மனக்கிளர்ச்சியூட்டும் பெயர்களை இட்டார் இவர். மழைத்தூறல் கடல் (*Mare Imbuium*), அமைதிக் கடல் (*Mare*

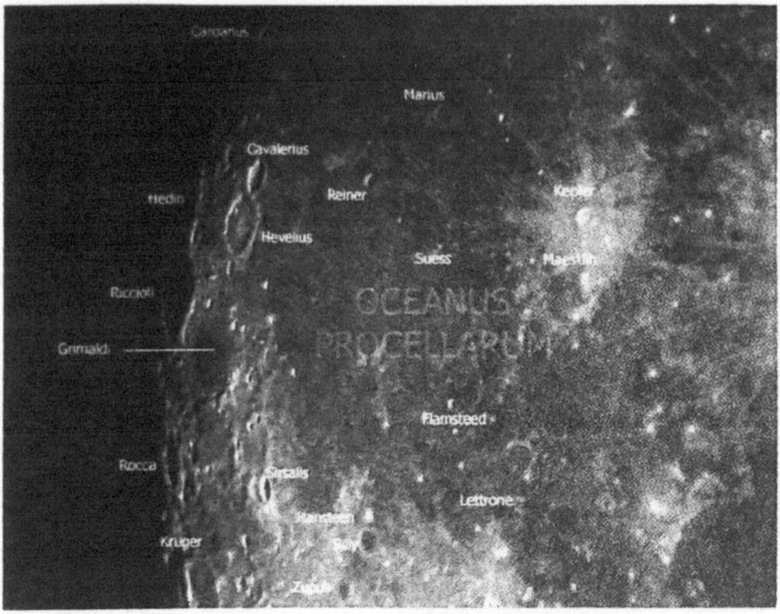

தனது பெயர் - ரிக்ஸியோலி. தனது மாணவன் கிரிமால்டி பெயரில் உள்ள கிண்ணக்குழிகள் அளவில் பெரியவை. சட்டென்று புலப்படும் நிலக்கூறுகள். கலிலீயோ ஓரங்கட்டப்பட்டார்.

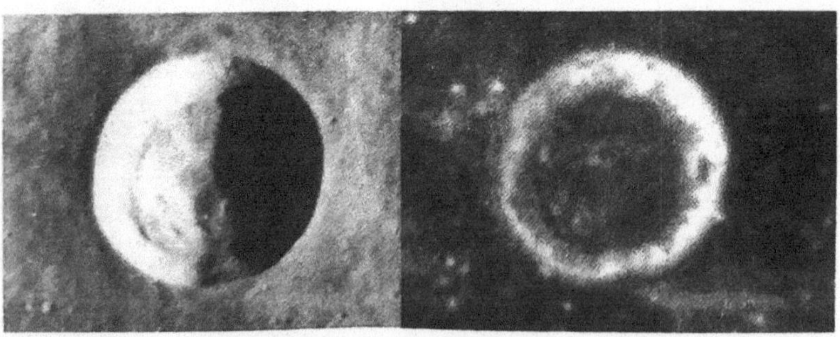

கலிலீயோ பெயரிடப்பட்ட கிண்ணக்குழி சுமார் 15 கி.மீ குறுக்களவு உடைய இக்குழி நிலவின் ஓசியேனஸ் புரோஸெரம் என்ற பகுதியில் அமைந்துள்ளது.

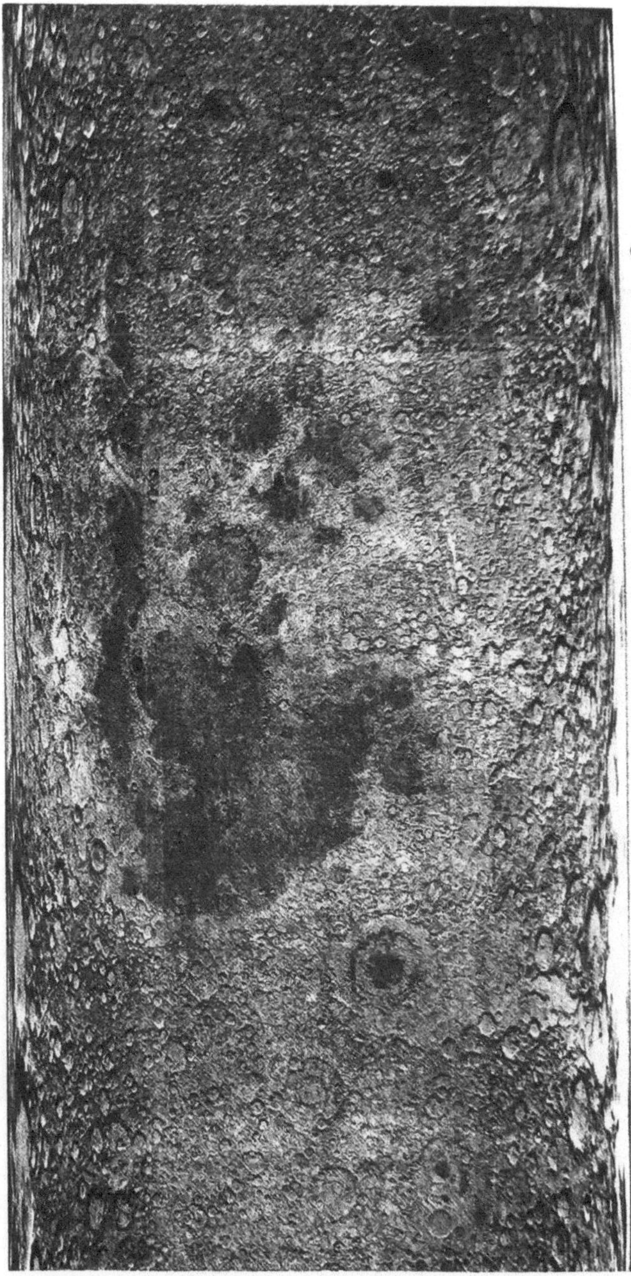

நிலவின் முழு வரைபடம். பற்பல விண்கலங்கள் எடுத்த புகைப்படங்களின் தொகுப்பு இது

Tranquillitatis), வானவில் வளைகுடா (*Sinus Iridum*) பெயரிட்டார். நிலவில் காணப்படும் கிண்ணக் குழி (*Craters*)களுக்கு பெரும் தலைவர்களின் பெயர்களைச் சூட்டினார். பொதுவாக வானவியலாளர்கள் பெயர்களை இட்டார் இவர். 1651இல் இவர் இட்ட சுமார் 200 பெயர்கள் இன்றும் பயனில் உள்ளன.

அறிவியல் வழியில் நிலவின் வரைபடத்தைத் தீட்டினாலும் ரிக்ஸியோலிக்கு மத விசுவாசம் அதிகம். பூமியைச் சுற்றியே

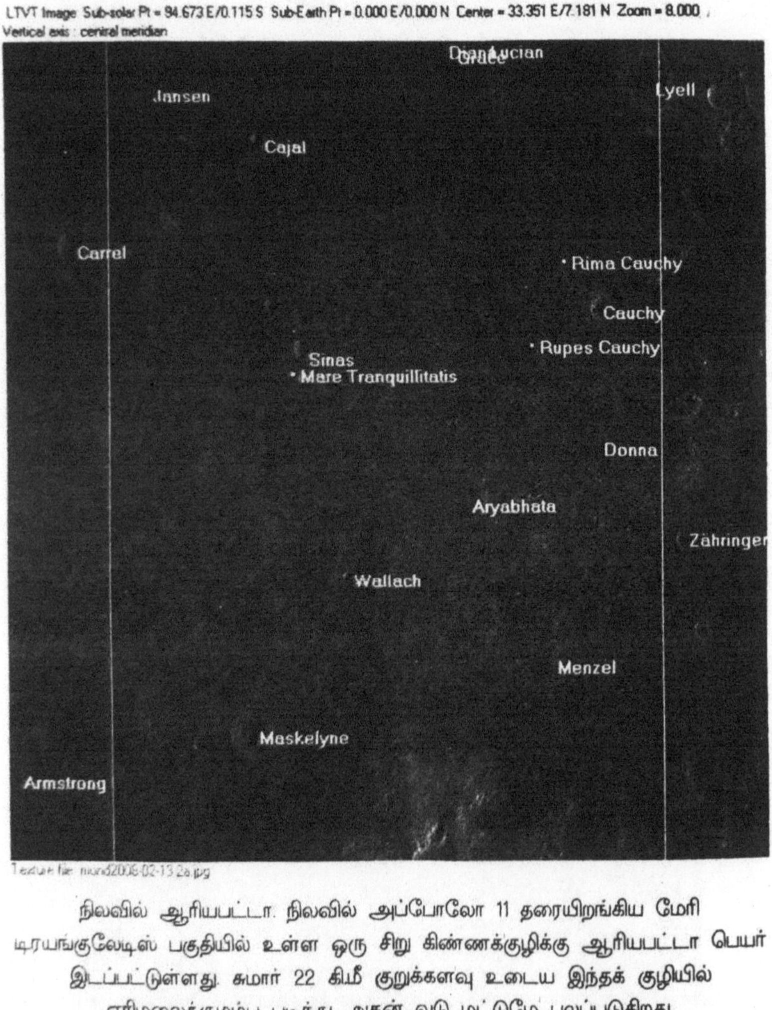

நிலவில் ஆரியபட்டா. நிலவில் அப்போலோ 11 தரையிறங்கிய மேரி டிரயங்குலேடிஸ் பகுதியில் உள்ள ஒரு சிறு கிண்ணக்குழிக்கு ஆரியபட்டா பெயர் இடப்பட்டுள்ளது. சுமார் 22 கிமீ குறுக்களவு உடைய இந்தக் குழியில் எரிமலைக்குழம்பு படிந்து அதன் வடு மட்டுமே புலப்படுகிறது.

கோள்கள் வலம் வரும் என்று அன்று கத்தோலிக்க மதம் நம்பிய பழைய பஞ்சாங்கக் கொள்கையை அப்படியே நம்பினார் ரிக்ஸியோலி. எனவே கோப்பர்நிகஸின் சூரிய மைய சித்தாந்தத்தின் மீது அதிக வெறுப்புக் கொண்டிருந்தார். கலீலியோவை அடியோடு வெறுத்தார் இவர்.

தான் வெறுத்த கோப்பர்நிகஸின் பெயரை ஒரு கிண்ணக்குழி இட்டாக வேண்டும் என்ற நிர்பந்தம். பிரபல வானவியல் அறிஞர் கோப்பர் நிகஸைப் புறக்கணிக்க முடியாதே! என்ன செய்வது? நிக்ஸியோலி கண்டார் ஒரு உபாயம். சூறாவளி கடல் (Mare Procellarum) என்ற பகுதியில் கண்ட ஒரு கிண்ணக்குழிக்கு காப்பர்நிகஸ் பெயரை இட்டார். அமளிதுமளியாகப் பெயர் கொண்ட இடத்தில் கோப்பர்நிகசைட்டார் இவர். அதேசமயம் பூமி மைய கொள்கைக்காரரான தாலமிக்கு அளித்தார் சிறப்பான கிண்ணக்குழியை. நிலவின் நடுவே அமைந்துள்ள எடுப்பான பெரிய குழிக்கு தாலமி எனப் பெயர் இட்டார். உள்ளவற்றில் மிக எடுப்பான கிண்ணக்குழிக்கு டைகோபிராஹே எனப் பெயர் இட்டார். உப்புச்சப்பு இல்லாத ஒரு சின்னஞ்சிறிய குழிக்குக் கிடைத்தது கலிலீயோ என்ற பெயர். தொலைநோக்கி வழியில் மட்டுமே கலிலீயோ குழி புலப்படும். ஏதோ ஒரு மூலையில் ஒதுக்கப்பட்டார் கலிலீயோ!

காலப்போக்கில் புதிது புதிதாகப் புலப்பட்ட நிலவின் நிலப்பரப்புக் கூறுகளுக்குப் பெயர் வைக்கும் உரிமையை சர்வதேச வானியல் கழகம் பெற்றது. இன்று இந்தக் கழகம் வழி உலகின் பல நாட்டு வானவியலாளர்கள் பெயர்கள் நிலவில் பதிந்துள்ளன. இந்திய வானவியல் அறிஞர்கள் ஆரியபட்டா, மேகநாத் சாகா எனச் சிலரின் பெயர் நிலவில் பதியப்பட்டுள்ளது என்பது சிறப்பு ஆகும்.

பன்னாட்டு வானவியலாளர்கள், மறைந்த விண்வெளி வீரர்கள் (கொமரோவ், டிட்டோவ்); அப்போலோ விண்வெளி வீரர்கள் எனப் பலரின் பெயர் நிலவின் கூறுகளுக்கு இடப்பட்டுள்ளது. பெயரிட்டுப் பெருமைப்படுவதில் கலீலியோ ஓரங்கட்டப்பட்டாலும் என்ன, நிலவின் நாயகன் கலீலியோதான் அல்லவா?

9

கன்னத்தில் என்னடி காயம்!

கன்னத்தில் விழும் குழி முகத்திற்கு அழகு சேர்ப்பது போல தொலைநோக்கி வழியாக நிலவைப் பார்க்கும்போது அதன் தரைப்பரப்பில் புலப்படும் கிண்ணக்குழிகள் (craters) மிகவும் அழகாகக் காட்சி தரும். நிலவின் தரைப்பரப்பின் சிறப்பு அதன் மீது காணப்படும் கிண்ணக்குழிகள் ஆகும். நிலவின் வதனமுகத்தில் காணப்படும் இந்தக் காயம் வடு ஏன்? எப்படி ஏற்பட்டது? யார் செய்த பாவம்? காயம்? உள்ளபடியே இ வான்கற்கள், விண்பாறைகள் வான்பொருட்கள் மோதலால் ஏற்பட்டது இக்குழிகள் பல கிலோமீட்டர் குறுக்களவு முதல் சில மைக்ரோ மில்லி மீட்டர் குறுக்களவு வரை பல வடிவில் பல அளவில் குழிகள் காணப்படுகின்றன.

கிண்ணம் வடிவில் அம்மைத் தழும்பு போல காணப்படும் இந்தக் கிண்ணக்குழிகளில் இரண்டு வகை உண்டு. சில

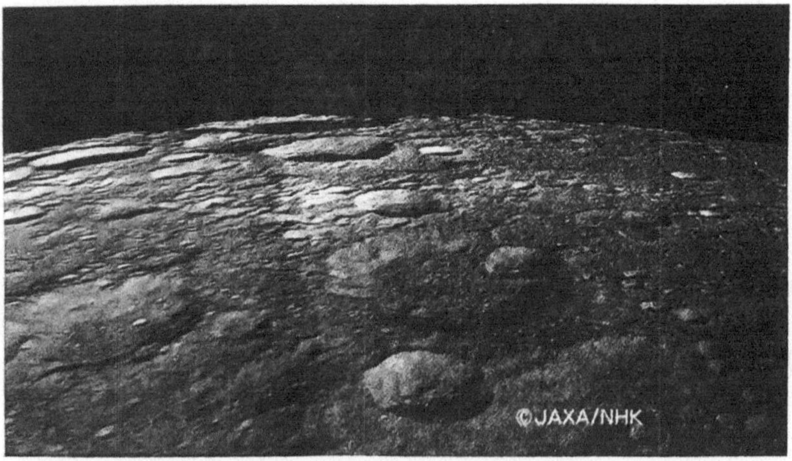

நிலவின் முகத்திரை முழுவதும் சிறிதும் பெரிதுமாகக் கிண்ணக்குழிகள் காணப்படுகின்றன. விண்கற்கள் வந்து மோதியதன் விளைவாகத் தோன்றியவை இக்குழிகள்.

கிண்ணக்குழிகள் சில மீட்டர் குறுக்களவு கொண்ட குழிகள். எளிமை வடிவு கொண்டவை. இவை கிண்ணம் போல காணப்படும் பள்ளங்கள். பெரிய குழிகள் சிக்கல் வடிவானவை. இவற்றின் விளிம்பில் தரைப்பரப்பிலிருந்து உயர்ந்து ஏரி மதில் போல சுற்றுச்சுவர் காணப்படும். மேலும் வான்பொருள் மோதிய குழி மையப் பகுதியில் உயர்ந்த மலைபோன்ற குன்றும் காணப்படும். பொதுவாக சுமார் 15 கி.மீ.க்கும் குறைவான குறுக்களவு கொண்ட கிண்ணக் குழிகளில் மையக் குன்று இருக்காது.

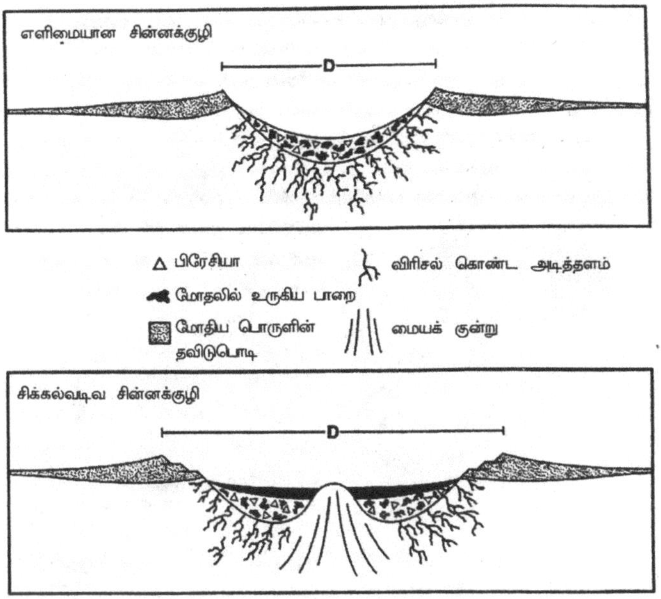

எளிமையான கிண்ணக்குழிகளில் மோதிய வேகத்தில் பள்ளம் ஏற்படுகிறது. பள்ளத்தின் மையத்தில் மோதிய விசையினால் பாறை உருகி பிரேசியா (Breccia) வகை பாறைகளாக உருவாகின்றன. இருபுறமும் நிலவின் உள்பகுதி பொருள் தூக்கி அடிக்கப்பட்டு பரவி விரவிக் கிடக்கும். குழியின் அடியே விரிசல் ஏற்படும். பெரிய பாறைகள் அல்லது வெகு வேகத்தில் பாறைகள் விழும்போது அந்த வேகத்தில் உள்ளே செல்லும் கல் மறுபடி உயர்ந்து மையத்தில் குன்று போன்ற தோற்றத்தை ஏற்படுத்தும். மோதிய வேகத்தில் உருகிய நிலவு மணல். மோதிய பொருள் முதலியவை படிந்து மையப் பகுதியில் சமதளப் பகுதி உருவாகும்.

காபர்நிகஸ் கிண்ணக்குழி

சுமார் 90 கோடி வருடம் முன்பு செவ்வாயின் துணைக்கோள் டிமோஸ் ஒத்த ஒரு வான்பொருள் நிலவில் மோதியது. மழைக்கடல் பகுதியில் வீழ்ந்த இந்தப் பாறை பல கிலோ மீட்டர் ஆழமுள்ள பள்ளத்தைத் தோற்றுவித்தது. சுமார் நூறு கிலோ மீட்டர் குறுக்களவுள்ள குழி ஏற்பட்டது. எல்லாம் ஒரு நிமிடத்திலேயே நடந்து முடிந்தது. காப்பர்நிகஸ் கிண்ணக்குழி பிறப்பெடுத்தது இப்படித்தான்.

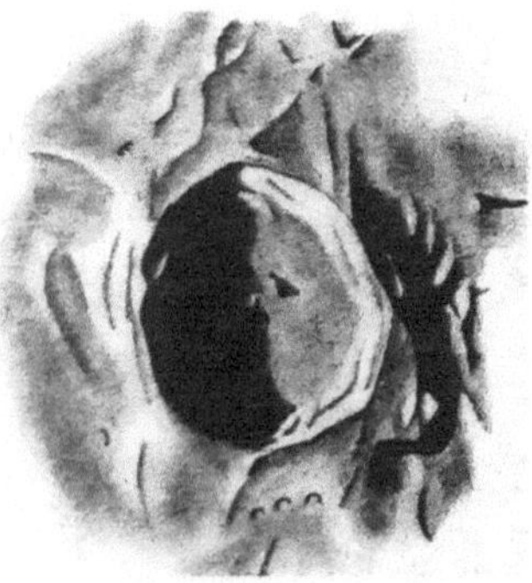

காப்பர் நிகஸ் குழி - அதனைச் சுற்றி மலை அமைப்பு முதலியவற்றைத் தெளிவாகக் காணலாம்.

மோதலில் ஏற்பட்ட வெப்பத்தில் அப்பகுதியில் கல், மண் முதலியவை உருகி ஆவியாயின. ஆவியான பொருள் தூக்கி அடிக்கப்பட்டது. ஆவியாக்கப்பட்டுக் குளிர்ந்ததால் கல்பொருள் கண்ணாடி முத்துப் போல உருவம் கொண்டது. முத்துப் போன்ற கண்ணாடிப் பொருள் காப்பர்நிகஸின் குழியின் நாற்புறமும் சிதறியது. காப்பர்நிகஸ் குழியின் சுற்றில் கோடுபோல இந்தத் தூக்கி அடிக்கப்பட்ட பொருள் பரவிப் படிந்தது. சைக்கிள் சக்கரத்தின் கம்பி போல இக்கோடுகள் மையத்திலிருந்து விலகி நேர்க்கோடாக அமைந்தது. சுமார் 800 கி.மீ தொலைவு வரை இந்த வடிவம் படிந்தது. சட்டென்று மோதல் ஏற்பட்ட மையத்தில் நிலவின் தரைப்பரப்பு வீசிய பந்துபோல மேலே எழுந்தது. குட்டுப்பட்ட தலையில் வீக்கம் போல குழியின் நடுவே குன்று உருவானது. மையத்தில் ஏற்பட்ட அழுத்தத்தின் விளைவாகக் குழியின் விளிம்பில் தரைப் பரப்பு உயர்ந்து ஓங்கி மலைத் தொடர் போல உருவு எடுத்தது.

சற்றேறக்குறைய முழுநிலவுக்கு ஓரிரு நாள் முன்பும் பின்பும் இந்தக் குழி வெறும் கண்களால்கூட இனம் காணவியலும் மேரி இம்பரியத்திற்கு கீழே ஒளிப் புள்ளியாகப் புலப்படும். தொலைநோக்கி பைனாகுலரிலும் எளிதாகப் புலப்படும் இந்தக் குழி நிலவு கிண்ணக்குழிகளில் பிரசித்த மான ஒன்று.

மோதிய வான்பொருள் முதலில் உள்ளே பாய்ந்து பின்னர் ரப்பர் பந்துபோல மறுபடி உயர்ந்தெழுவதால் உருவான மலை போன்ற அமைப்பே இந்த மையக் குன்று. வான்பொருள் மோதலால் உயர்ந்தெழுந்த பொருட்களே அப்பள்ளத்தின் விளிம்பில் மதில்சுவர் போன்ற அமைப்பாகக் காணக் கிடைக்கிறது. பள்ளத்தின் விளிம்பில் அமையும் மதிலுக்கும் மையக் குன்றுக்கும் இடையே, நிலவின் தரைப்பரப்புக்கு அடியில் இருந்த பொருட்கள் புரட்டப்பட்டு மேலே எழுந்து அமையும். உழுதல் செய்யும்போது, அடிமண் மேலே எழும்புவது போல, வான்கற்கள் விழுவதால் நிலவின் அடிமண் மேலே பொங்கி எழுந்து இப்பகுதியில் பரவிக் கிடக்கிறது. எனவே இத்தகைய கிண்ணக்குழிகளை ஆராய்வதன் வழி நிலவின் தரைக்கு அடியே உள்ள பொருட்களைக் குறித்து அறியலாம்.

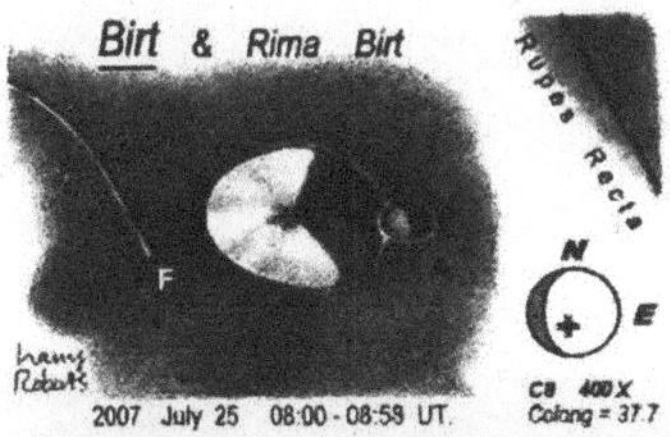

பிர்ட் (Birt) என்ற குழி. பட்ட காலிலே படும் என்பது போல அக்குழியின் மீது விழுந்துள்ள சிறுகுழி.

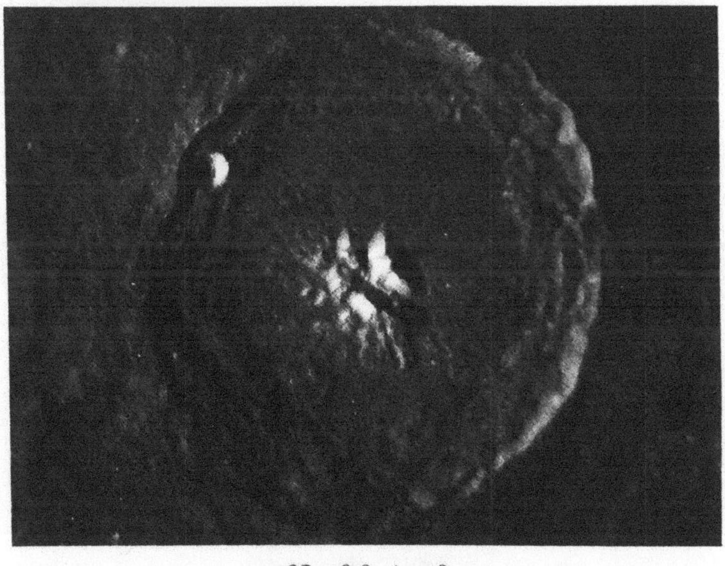

தியோபிலியஸ் குழி.

பொதுவாக நிலவில் மோதும் ஒரு வான்பொருள் அதன் வடிவை விட பத்து மடங்கு அதிகக் குறுக்களவு கொண்ட பள்ளத்தை உருவாக்கும். பல்வேறு அளவுகளில் பல்வேறு

தென் துருவப் பகுதியில் உள்ள எய்ட்சென் தாழ்நிலப் பகுதி (Basin)

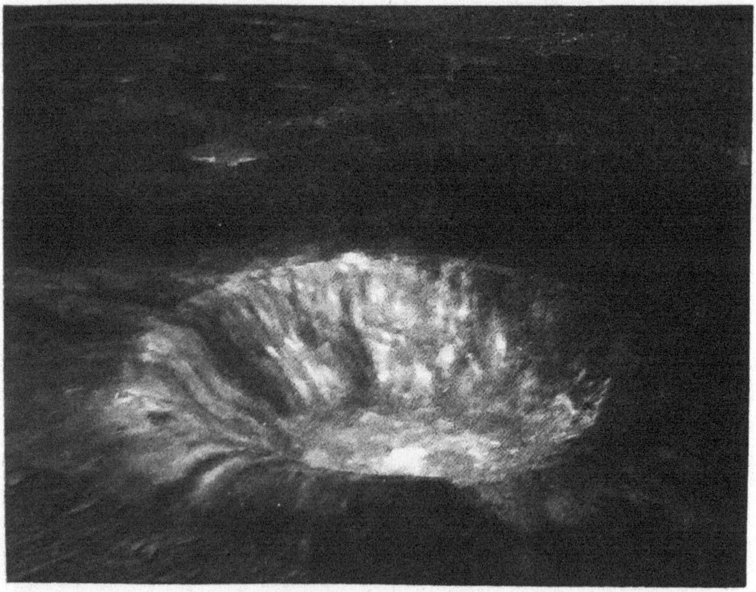

அரிச்சார்ரஸ் கிண்ணக்குழி

ஆழங்களுடன் கிண்ணக்குழிகள் காணப்பட்டாலும் எல்லாக் குழிகளும் சற்றேறக்குறைய வட்ட வடிவம் கொண்டவை என்பது பொதுத் தன்மையாகும்.

காலம் காலமாகக் கோடானுகோடி ஆண்டு நிலவின்மீது வான்பொருட்கள் மழைபோல மோதியதன் விளைவாக குறிப்பிட்ட பரப்பளவில் ஒரே சீரான அளவு எண்ணிக்கையிலான கிண்ணக்குழிகள் காணப்படுகிறது. காலப்போக்கில் தொன்மைக் காலத்தில் உருவான குழிகள் புதிய குழிகளால் அழிக்கப்படும். ஆதலினால் அழிவதும் ஆக்கப்படுவதும் சமன்பட்டு ஒரே எண்ணிக்கையிலான குழிகள் புலப்படும். புலப்பட வேண்டும். ஒரு பகுதியில் திடீர் என எரிமலை வெடித்து லாவா படர்கிறது எனக் கொள்வோம். இந்த லாவா அதன் முன்பு இருந்த குழிகளை அழித்துவிடும். அதன்பின் ஏற்படும் குழிகளே காணப்படும். எனவே இங்கு குழிகள் தொகை ஒப்பீட்டளவில் குறைவாகக் காணப்படும். எனவே நிலவின் மீது உள்ள குழிகளின் தொகையைக் கணக்கிட்டு அந்த நிலப்பரப்பின் வயதைக் கணிக்கலாம். மிகுந்த குழிகள் அடர்த்தியாக உள்ள பகுதி தொன்மைப் பகுதி. குறைவான குழிகள் உள்ள பகுதி இளம் நிலப்பரப்பு என அறியலாம்.

புவியிலும் இது போன்றே ஒருகாலத்தில் குழிக்குழியாக அமைந்திருந்தது. புவியின் தரைப்பரப்பும் அம்மைத் தழும்பு போல குழிகளுடன்தான் ஒரு காலத்தில் காணப்பட்டிருக்கும். ஆனால் காலப்போக்கில் புவியின் புவிச்சலனம், காற்றுச் சலனம் போன்றவைகளால் குழிகள் அழிக்கப்பட்டுவிட்டன. ஒருசில அங்கும் இங்கும் மிஞ்சியுள்ளன,

தியோபிலியஸ் (Theophilius) எனப்படும் கிண்ணக்குழி சுமார் 100 கிலோ மீட்டர் குறுக்களவு கொண்டது. இந்தக் குழி சுமார் 5 கிமீ ஆழம் கொண்டது. சுமார் 10 கிலோமீட்டர் விட்டமுடைய விண்கல் விழுந்து இந்தக் குழி உருவாகியிருக்கும் எனக் கருதுகிறார்கள். தியோபிலியஸ் குழியின் நடுவே சிகரம் போல உயர்ந்த பகுதி உள்ளது. ஆனால் சுமார் 160 கி.மீ. குறுக்களவு உடைய தாலமியஸ் குழியின் நடுவே எந்தவித உயர்ந்த சிகரமும் இல்லை. பெய்லி என்ற கிண்ணக்குழி சுமார் 240 கி.மீ. குறுக்களவு கொண்டது. ஆனால் இந்தக் குழி ஆழம் குறைவானது ஆகும். நிலவின் தென் துருவப்பகுதியில் உள்ள (Aitken) எய்ட்கென் தாழ் நிலப்பகுதி சுமார் 2,500 கி.மீ. குறுக்களவு கொண்டது. புவியின் பரப்பில் இதுபோன்ற பெரிய குழிகள் எதுவுமில்லை.

அரிச்சாரஸ் என்ற கிண்ணக்குழிதான் நிலவு அமைப்பிலேயே பளீர் என ஒளிரும் பகுதி. இதன் ஒளிரும் தன்மை கண்டு வியந்து வில்லியம் ஹெர்ஷெல் என்ற வான் ஆய்வாளர் இதனை எரிமலை என மயங்கினார். நாலுகோடி ஆண்டு தொன்மையான காப்பர்நிகஸ் கிண்ணக்குழி 92 கி.மீ. குறுக்களவு உடையது. இதன் மையத்தில் குன்று போன்ற அமைப்பு உள்ளது. இந்த கிண்ணக் குழியிலிருந்து நாற்புறமும் கோடு போன்ற அமைப்பு உள்ளது. இவை மோதல் நிகழ்வின் போது வெளியே தூக்கி அடிக்கப்பட்ட பொருள் விழுந்து ஏற்பட்டவை எனக் கருதப்படுகிறது. கிரிமால்டி என்ற கிண்ணக்குழிதான் கருமையான பள்ளம். எரிமலைக் குழம்பு படிந்து கருமையாகக் காட்சி தருகிறது. சுமார் 11 கோடி ஆண்டுக்கு முன்பு நிலவில் மோதிய விண்பாறை வழி ஏற்பட்டது டைகோ கிண்ணக்குழிவு. இது 85 கி.மீ. குறுக்களவு உடையது. இதன் விளிம்பு மலைத்தொடரிலிருந்து சரிந்த பொருட்கள் அருகேதான் அப்போலோ-17 விண்கலம் தரையிறங்கியது.

நிலவின் ஒருமுகம் மட்டுமே புவிநோக்கி அமைந்திருப்பதால் அப்பகுதியே வெகுகாலம் தொலைநோக்கி ஆய்வில் தெளிவான பகுதி ஆகும். சோவியத் விண்கலம் லூனா-3 என்ற விண்கலம்தான் நிலவின் பின்புறம் பயணித்த முதல் விண்கலம். நிலவின் மறுபுறத்தை முதன்முதலில் படம் பிடித்ததும் இந்த விண்கலம்தான். எனவே, நிலவின் மறுபக்கத்தின் பிரதானமான பகுதிகள் சோவியத் பெயர்களைத் தாங்கி அமைந்துள்ளன. நிலவின் மறுபுறம் உள்ள மிகப்பெரிய கிண்ணக்குழி பகுதி விண்ணூர்தி இயல் தந்தை சியோல்கோவ்ஸ்கி என பெயரிடப்பட்டது. இது சுமார் 300கி.மீ. குறுக்களவு கொண்ட குழி ஆகும்.

திபிட் குழியும், திபிட் கி குழியும் அதன் அருகே சிறு குழியும்.

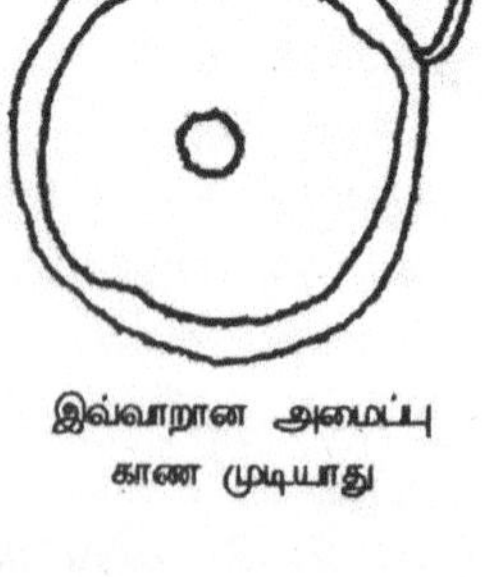
இவ்வாறான அமைப்பு காண முடியாது

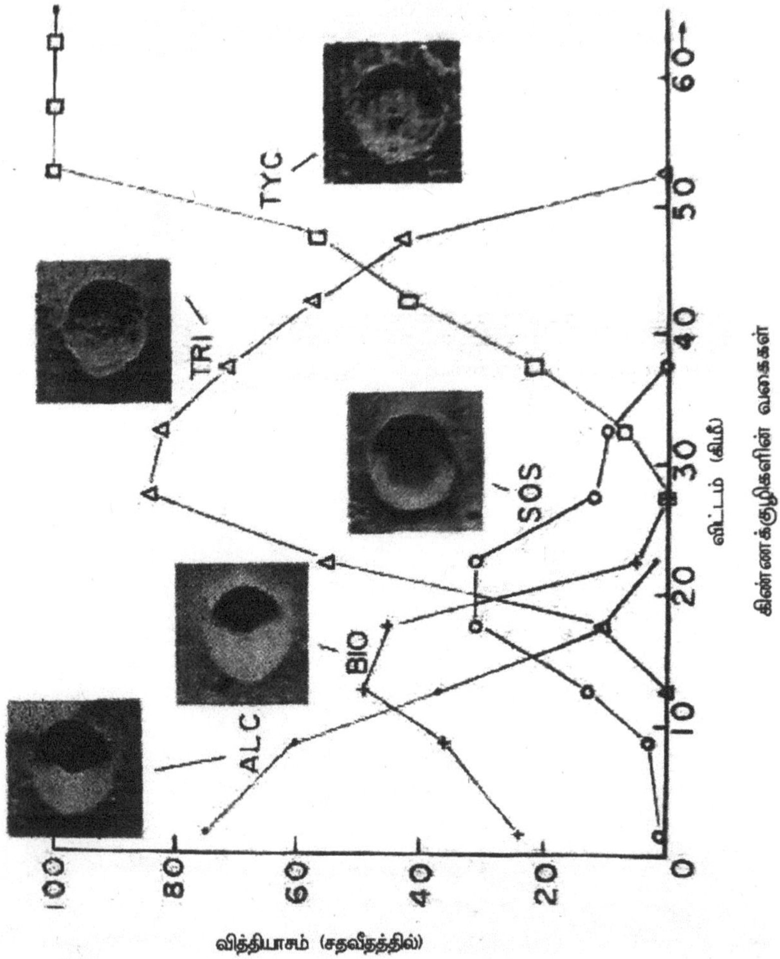

ஒரு குழி விழுந்த இடத்தில் மறுபடி விண்கல் தாக்கி குழி ஏற்பட்டுள்ளதும் நிலவை ஆராயும்போது புலப்படும். நூபியம் (Nubium) மேரியில் உள்ள திபிட் என்ற சின்னக்குழி இதற்கு சிறந்த உதாரணம். திபிட் குழியின் மேலேயே திபிட் *A* என்ற குழியும், இதன் மீது திபிட் *B* என்ற குழியும் பதிவாகியிருப்பது தெளிவாகப் புலப்படும். பொதுவாகப் பெரிய குழியின் மீது சிறிய குழியின் தடயம் புலப்படுகிறது. சிறிய குழியின் மீது பெரிய குழி ஏற்பட்ட தடயம் எதுவும் இல்லை என்பதும் குறிப்பிடத்தக்கது.

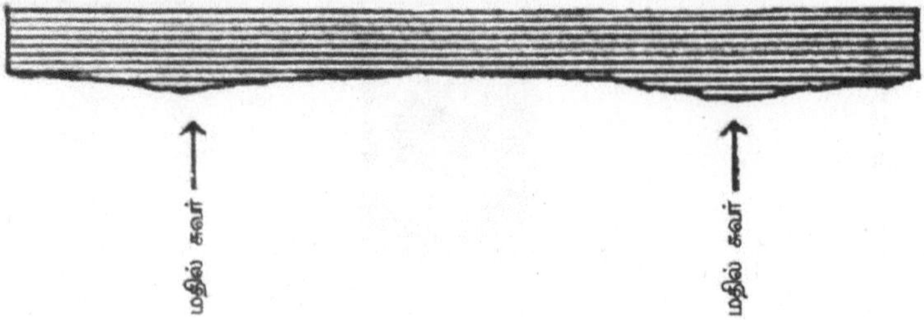

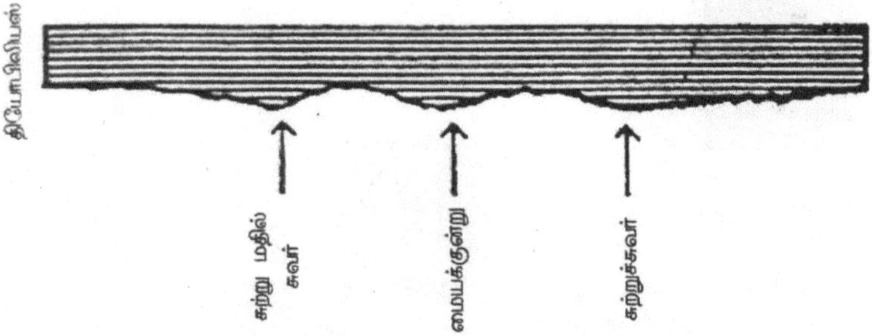

தியோபிலஸ் குழி மற்றும் தாலமயஸ் குழிகளின் குறுக்குவெட்டுத் தோற்றம். தியோபிலஸ் குழியில் விளிம்பு மதில் சுவர், மையக் குன்று காணப்படும். தாலமயஸ் குழியில் குன்றுச் சுவர் மட்டுமே உள்ளது. நடுவே கிண்ணம் போன்ற குழி காணப்படுகிறது.

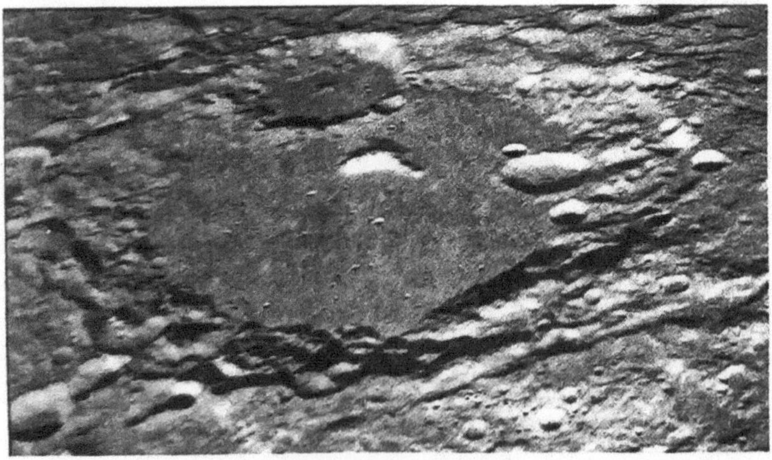

அல்பெட்டேனியஸ் குழி

சூரியக் குடும்பத்தில் தோற்றத்தின்போது, பெரிய பெரிய விண்கற்கள் கோள்கள், துணைக்கோள்கள் மீது மோதியிருக்கும். பின்னர் பெரிய பெரிய விண்கற்கள் சூரியக் குடும்பத்தில் அருகியிருக்கும். அதன்பின் சிறிய பாறைகள், அதன்பின் சிறிய கற்கள் என அளவுக்கு ஏற்றதுபோல் மோதி, அடுத்தடுத்து குழிகளை ஏற்படுத்தியிருக்கும் என்ற கருத்தை நிலவின் குழிகள் அமைப்பு உறுதிப்படுத்துகிறது.

உள்ளபடியே சூரியக்குடும்பத்தின் தோற்றுவாயில், பெரிய பெரிய கற்களைவிட மிக அதிக எண்ணிக்கையில் சிறிய பாறைகள், கற்கள் மிகுந்திருக்கும். எனவே குறைந்த கால

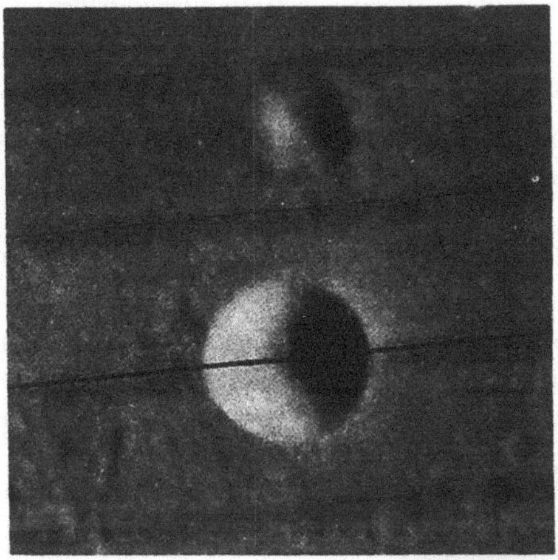

பியோ வகை குழி

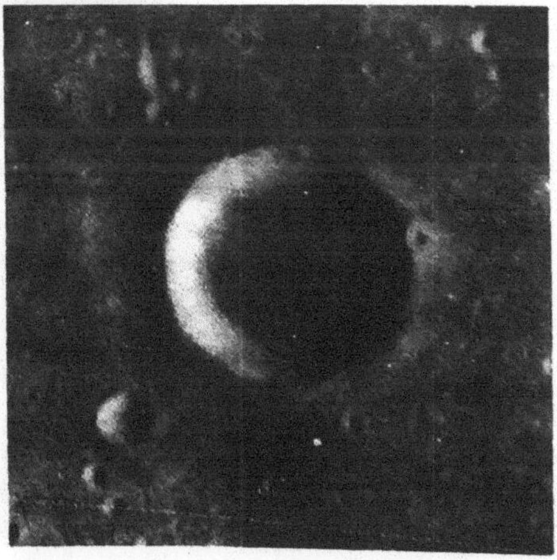

ஸோசிஜெனஸ் குழி

அவகாசத்தில் பெரிய பெரிய பாறைக் கற்கள் தீர்ந்து போயிருக்கும். எனவே குறைந்த கால அவகாசத்தில்தான் பெரும் பாறைகள் மோதும். ஆனால் சிறிய பாறைகள் பலகாலம் தாக்கும். எனவேதான் பெரிதின் மீது சிறிது என கிண்ணக்குழிகள் அமைகின்றன என யூகம் செய்கின்றனர் விஞ்ஞானிகள்.

கிண்ணக்குழிகளின் வகைகள்

பொதுவாக அறிவியலாளர்கள் நிலவின் கிண்ணக்குழிகளை ஐந்து வகையாக வகுப்பார்கள். நிலவின் 99 சதவிகிதக் குழிகளை இந்த ஐந்து வகைக்குள் வகுக்க முடிந்துள்ளது.

ALC எனும் வகை சுமார் 20 கி.மீ.க்கும் குறைவான குறுக்களவு உடைய குழி. இதில் நடுவே குன்று இல்லை. சமதளமும் இல்லை. துல்லியமாகக் கிண்ணம் போல காணப்படும். அரேபிய வானவியலாளர் அல்பெட்டேனியஸ் c (Albategnius : c) என்ற பெயரில் உள்ள கிண்ணக்குழி இதற்குச் சிறந்த உதாரணம்.

BIO எனும் வகை ALC போன்றவைதான். ஆனால் மையத்தில் சமதளப் பகுதியும் அதன் விளிம்பில் உள்ள மலைத்தொடரும் செங்குத்தாக உயரும். எரிகற்கள் குறித்து ஆராய்ந்து அவை புவி நோக்கி விழும் விண்கற்கள் என உறுதிப்படுத்திய ஜீன் பாப்புஸ்டே பியோ (Biot) எனும் பிரெஞ்சு வானவியல் அறிஞர் பெயரில் உள்ள கிண்ணக்குழி இதற்கு உதாரணம்.

SOS என்பது ஆழம் குறைவான குழி. பரந்த சமதள மையப்பகுதி கொண்டது. படிநிலையில் அதன் விளிம்பு

டிரெஸ்நேகர் குழி

அமையாது. ஒரே ஒரு மதிற்சுவர் போல சுற்றுச்சுவர் குழியின் விளிம்பில் அமைந்திருக்கும். சுமார் 5-லிருந்து 35 கி.மீ குறுகிய அளவு உடையது. ஜூலியஸ் சீசரின் நாள்காட்டி சீர்திருத்தத்திற்கு உதவிய வானவியல் அறிஞர் ஸோசிஜெனஸ் (*Sosigenes*) பெயரில் அமைந்த கிண்ணக்குழி இதற்கு உதாரணம்.

TRI என்பவை சுமார் 15 முதல் 50 கி.மீ குறுக்களவு உடைய கிண்ணக்குழிகள். இவை சிக்கல் வடிவு கொண்டவை. இவற்றின் விளிம்பு மதில் சுவர் சரிந்து அதன் மையப்பகுதியில் காணப்படும். நடுவே சமதளம் இராது. வியன்னாவைச் சார்ந்த பத்தொன்பதாம் நூற்றாண்டு வானவியல் அறிஞர் டிரெஸ்நெகர் (*Triesnecker*) பெயரில் அமைந்த குழி இதற்கு உதாரணம்.

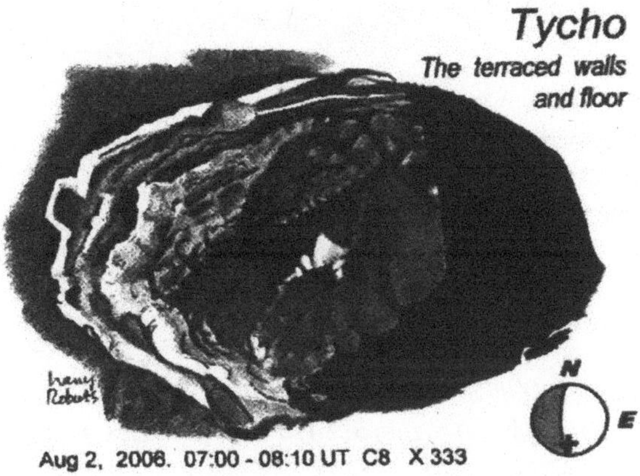

டைகோ குழி. அதன் விளிம்பில் படிப்படியாக மதில் சுவர் அமைந்துள்ளது. மையத்தில் குன்று உள்ளது.

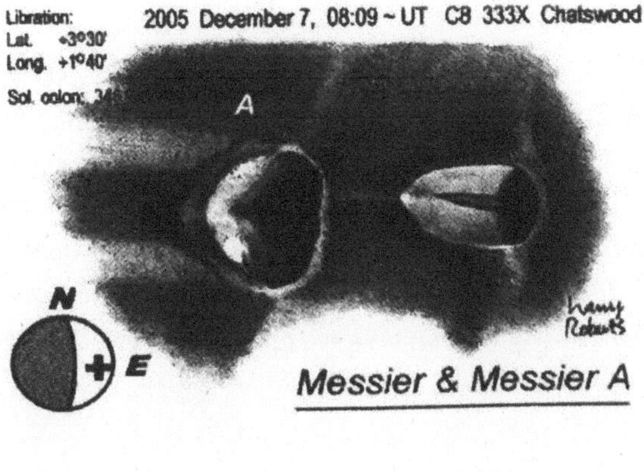

மெய்ஸர் குழிகள் (Messier) வட்ட வடிவம் இல்லாமல் வித்தியாசமாக உள்ள கிண்ணக்குழிகள்.

தென்துருவ எய்ட்டிசின் தாழ்நிலப் பகுதியில் எப்போதும் பரவியிருக்கும் நிழல் காரணமாக நீர் பதுங்கி இருக்கலாம் என கருதப்படுகிறது. எதிர் காலத்தில் மனிதக் குடியிருப்புக்கு சாத்தியக்கூறான இடம் இது என இன்று ஆய்வாளர்கள் கற்பனை செய்கின்றனர். இங்கு இயற்கைச் சூழலில் மனிதக் குடியிருப்பை ஏற்படுத்தி நிலவின் கனிம வளத்தைப் பயன்படுத்தலாம் என திட்டமிட்டு வருகின்றனர்.

TYC வகை கிண்ணக்குழிகளில் படிப்படியான விளிம்பு மதில் சுவர் காணப்படும். சுமார் 30 முதல் 175 கி.மீ வரை இதன் குறுக்களவு அமையும். இதன் மையத்தில் சமதளம் காணப்படும். ஐரோப்பிய வானவியலாளர் டைகோ பெயரில் அமைந்த குழி இதற்கு உதாரணம்.

சுமார் 200 கி.மீ குறுக்களவுக்கு மேலே உள்ள குழிகள் கிண்ணக்குழிகள் என கொள்ளப்படுவதில்லை, இவற்றை வடிநிலம் (Basin) என வகைப்படுத்துகின்றனர். எடுத்துக்காட்டாக தென்துருவப் பகுதியில் உள்ள எய்ட்டிசின் (Aiticen) பகுதியை வடிநிலம் (Basin) என அழைக்கின்றனர். இது சுமார் 2500 கி.மீ குறுக்களவைக் கொண்டது. சுமார் 13 கி.மீ ஆழம் கொண்டது. தென்துருவப் பகுதியில் இருப்பதால் இது புவியிலிருந்து முழுமையாகப் புலப்படாது.

10

நிலா காயுதே...

புவியின் மேற்பரப்பில் கடல், நிலம், மலை, குன்று, குழிகள் என பற்பல வடிவங்கள் கொண்டு நில அமைப்பு விளங்குவது போல நிலவின் நில அமைப்பும் சிறப்பு வாய்ந்தது ஆகும். வெறும் கண்ணால் நிலவைக் கண்டால் கருமையாக அங்கும் இங்கும் கருமை பூச்சு புலப்படுவதுடன் ஒருசில புள்ளிகள் மிகப் பிரகாசமாகச் சுடர்விட்டு ஒளி பிரதிபலிப்பதும் தெரியும்.

மேரி என அழைக்கப்படும் தாழ்நிலப் பகுதிகள் நிலவின் நிலப்பரப்பில் சற்றே கருமையாக, பள்ள நிலையில் காணப்படும். இந்த நிலப்பகுதியை முன்பு கடல் என கற்பிதம் செய்தனர். உள்ள படியே இவை பெரும்பள்ளங்கள் தாம் என உறுதியாகி உள்ளது.

நிலவின்பரப்பில் கருமைத் திட்டுகளும், வெண்மைப்பூச்சும் காணப்படுகின்றன.

மலைத்தொடர்கள், தாழ்நிலங்கள், பாறைப் பகுதிகள், தூசு மணல் என பல நிலக்கூறு அமைப்பு நிலவில் காணக் கிடைக்கிறது. இது அப்போலோ 17 எடுத்த புகைப்படம்.

நிலவின் நிலப்பரப்பில் பல கூறுகள் காணக் கிடைக்கின்றன. வறண்ட பாறைக்குழம்புத் தளங்கள் (Lava basins) உயர் நிலங்கள்(high lands) தாழ்நிலங்கள் (low lands) மலைக் குன்றுகள் (mountains) மலைத் தொடர்கள் (mountain chains) என பற்பல கூறுகள் காணக் கிடைக்கின்றன. நிலவு முழுவதும் ரிகோலித் எனும் பொடி மணல் பரவியுள்ளது.

நெக்டாரிஸ் பாறைக் குழம்புத் தளம் சுமார் 84,100 சதுர கி.மீ. பரப்பளவு உடையது. அப்போலோ 7 தரையிறங்கி முதல் மனிதக் கால்தடம் பதிந்த டிராங்குலிடிஸ் பாறைக் குழம்புத் தளம் 4,36,000 சதுர கி.மீ. விஸ்தீரணம் உடையது. இவை தவிர ஃபெருண்டாட்டிஸ் முதலிய பல பாறைக் குழம்புத் தளங்கள் உள்ளன. கிரிசியம் எனும் பாறைத் தளம் சுமார் 550 கி.மீ. குறுக்களவு கொண்டதாகும். ‘நிலவில் மனிதன்’ என்ற கற்பனைச் சித்திரத்தில் இதனை அதன் ‘வலது கண்’ எனக் கொள்வர். 610 கி.மீ. குறுக்களவு கொண்ட ஸெரின்டாரிஸ் பாறைக் குழம்புத் தளம் சுமார் 610 கி.மீ. குறுக்களவு கொண்டது. ஹீமரம் என்ற பாறைக் குழம்புத் தளம் சுமார் 350 கி.மீ. குறுக்களவு கொண்டது. எளிதில் வெறுங்கண்ணுக்குக் கூட இது புலப்படும்.

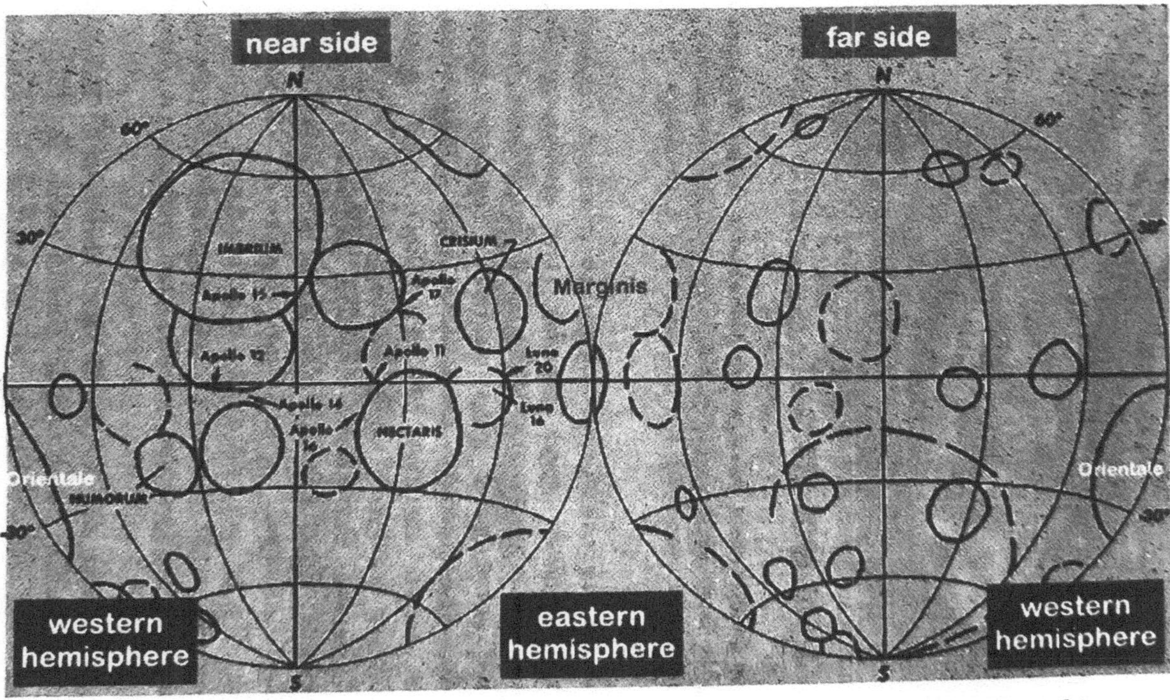

நிலவில் காணப்படும் பெரும் பாறைத் தளங்கள் (மேரி). புவி நோக்கிய பகுதியில் பற்பல காணக் கிடைக்கின்றன. புவி எதிர்ப்பகுதியில் குறைவாகவே காணப்படுகிறது. நிலவின் இளம் வயதில் உருவானவை இவை.

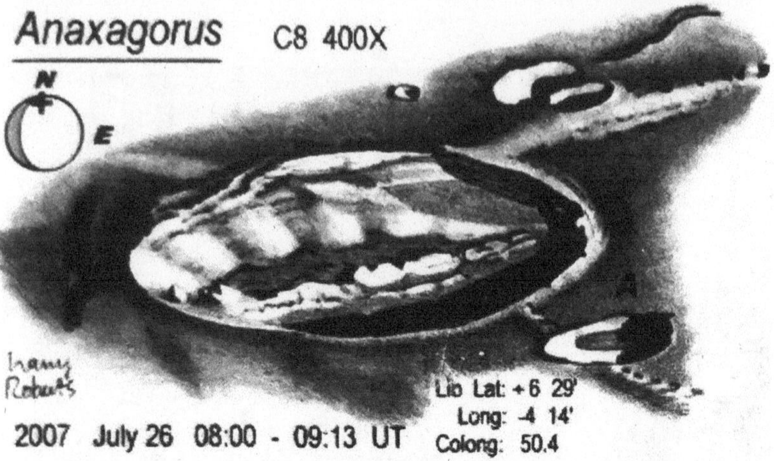

பொதுவாக நிலவின் எல்லா நிலக்கூறுகளும் விண்கற்களின் மோதல் விளைவாக எழுந்தவை. மோதலில் தூக்கி அடிக்கப்பட்ட பொருள் படிந்து மலைத்தொடர், குழி, நடுவே மலைக்குன்று என பல அமைப்புகள் உருவாகின்றன.

நிலவின் பிரகாசத்திற்குக் காரணமாக விளங்கும் பகுதிகள் உயர்நிலப் பகுதிகள் ஆகும். நிலவின் பால் ஒளிக்கு முக்கிய காரணம் உயர் நிலப் பகுதிகள்தாம். மலைத்தொடர்கள், குன்றுகள் அமைந்தவை இந்த உயர்நிலப் பகுதிகள் ஆகும். உயர்நிலப் பகுதி பாறைத் தளங்களைச் சுற்றி சூழ்ந்துள்ளன. நிலவின் தரைப் பரப்பில் 80% உயர்நிலப் பகுதி ஆகும். பெரும்பாலும் உயர்நிலப் பகுதிகளில் அலுமினியம், கால்சியம், சிலிகேட் முதலிய பொருள்கள் செறிவாக அடங்கிய பாறைகள் மிகுந்துள்ளன. இதன் காரணமாகவே சூரியஒளியில் பளீர் என ஜொலிக்கின்றன. சூரியஒளியை மிகுதியாகப் பிரதிபலிக் கின்றன. வேறு வார்த்தையில் கூறப்புகுந்தால் நிலவின் தரைப்பரப்பில் சுமார் 80 சதவீதப் பகுதி அலுமினியம் செறிவான பாறைகளாகப் படிந்துள்ளன. எனவேதான் ஒளிமுகமாக நிலவு காட்சி தருகிறது.

வான்பொருட்கள் மோதிய பெரும் பள்ளங்களில் மோதிய வான்பொருட்களின் எச்சம் மற்றும் நிலவின் மேல் அடுக்கிற்குக் கீழிருந்து கசிந்த எரிமலைக்குழம்பு படிந்து கருமைத் தோற்றத்தை ஏற்படுத்துகின்றன. இவைதான் பாறைக்குழம்புத் தளங்கள். இவையே மேரி என அழைக்கப்பட்டு வந்த கருமைத் திட்டுப்

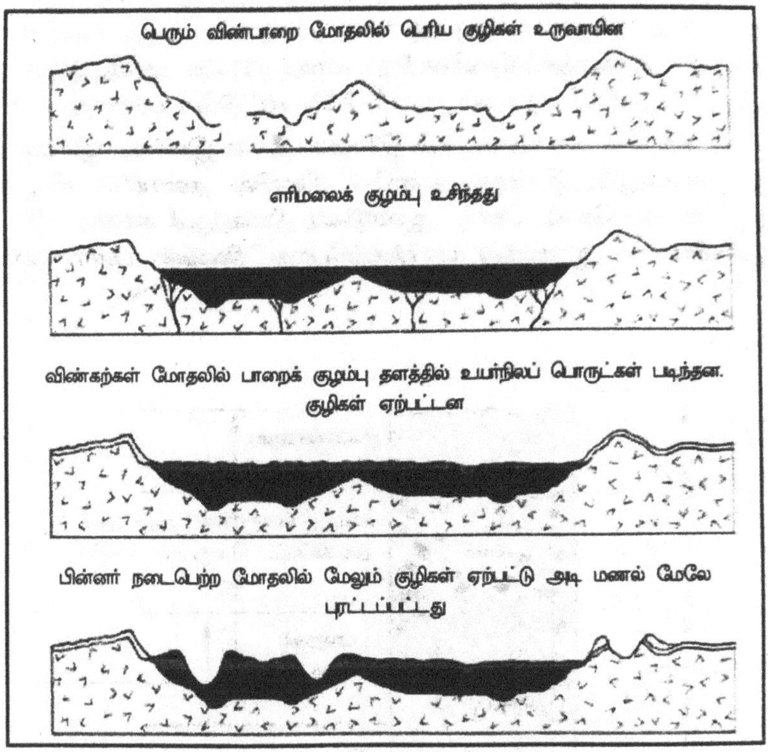

நிலவின் இளம் வயதில் நிலவின் மேற்புற ஓடு உருவானது. அதன்மீது அக்காலத்தில் பெரும் பாறைகளின் மோதல் ஏற்பட்டது. அதன் விளைவாக ஆயிரம் கி.மீ குறுக்களவு கொண்ட குழிகள் உருவாயின. நடுவே பெரும் குன்றுகள் தோன்றின. விளிம்பில் கோட்டை மதில் போல மலைத் தொடர் உருவாகியது.

இளவயது நிலவு இளகிய நிலையில் இருந்தது. எனவே மோதலில் நிலவின் அடியிலிருந்து எரிமலைக் குழம்பு கசிந்து இப்பள்ளங்களில் படிந்தது. எரிமலைக் குழம்பு படிந்ததன் விளைவாக இப்பள்ளம் கருமை நிறம் பெற்றது. எரிமலைக் குழம்பு படிந்து இப்பகுதி சமதளமாகியது. பின்னர் விழுந்த சிறிய விண்கற்கள் அங்கும் இங்கும் புதிய பள்ளங்களைத் தோற்றுவித்தன. இவை இந்தப் பாறைத் தளங்களில் புதிய பள்ளங்களைத் தோற்றுவித்ததோடு இல்லாமல் அங்கும் இங்கும் பொருள்களைத் தூக்கி அடித்துப் பரப்பியது. இவ்வாறுதான் நிலவின் மேரி அல்லது பாறைத் தளங்கள் உருவாயின.

பகுதிகள் ஆகும். பெரும்பாலும் எரிமலைப் பாறைகள் நிரம்பிய இப்பகுதி நிலவின் தரைப்பரப்பில் 17% பரப்பில் விரவியுள்ளது. சுமார் 33% பகுதி நிலப்பரப்பு பொட்டாசியம், பாஸ்பரஸ் யுரேனியம் மிகுந்த அருகு தனிமப் பாறைகள் ஆகும். புவியை நோக்கி அமைந்த நிலவின்மீது சுமார் 31.2% பாறைத்தளம் ஆகும். ஆனால் மறுபுறம் சுமார் 2.5% மட்டுமே பாறைத்தளம்.

நிலவில் வாயுமண்டலம் இல்லை. நீரின் இயக்கம் இல்லை. நிலச்சலனமும் இல்லை. எனவே நிலவின் தரையில் விழும் குழிகள் பல கோடி கோடி ஆண்டுகள் நிலைத்துக் காணப்படும். துல்லியமாக ஆராய்ந்து பார்க்கும்போது நிலவின் பளீர் ஒளி

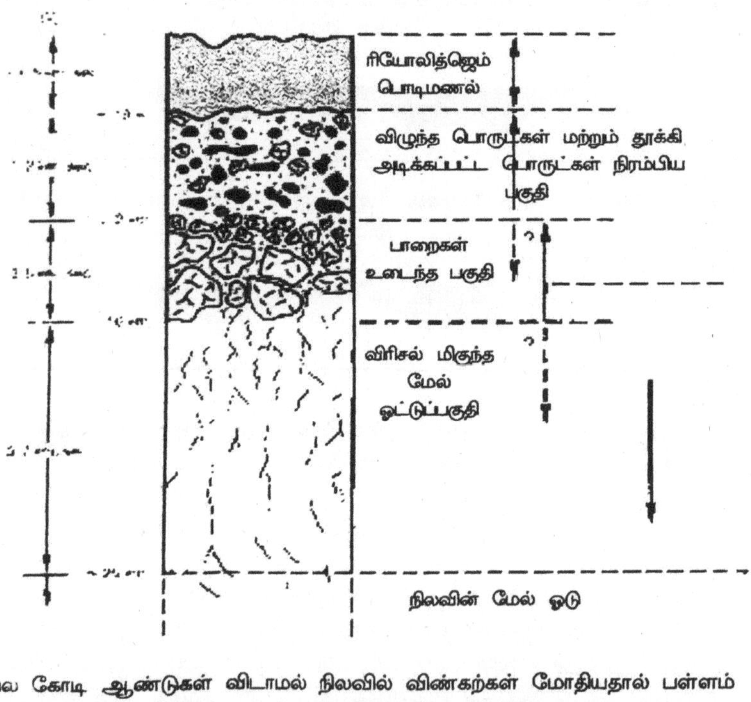

பல கோடி ஆண்டுகள் விடாமல் நிலவில் விண்கற்கள் மோதியதால் பள்ளம் ஏற்பட்டுள்ளது. இன்றும் சுமார் ஒரு கிராமுக்குக் குறைவான எடை உடைய நுண் விண்கற்கள் நிலவில் மோதிய வண்ணம் உள்ளன. இதன் விளைவாக நிலவின் மேற்பகுதி தொடர்ந்து மோதலைச் சந்திக்கிறது. எனவே அங்கு உள்ள பாறை உடைந்து சுக்குநூறாகி பொடிப் பொடி மலையாக மாறியுள்ளது. ரிகோலித் எனப்படும் நிலவுத் தூசு நிலவின் தரைப்பரப்பில் எங்கும் படிந்துள்ளது.

பகுதியான உயர்நிலங்களில் கிண்ணக்குழி பள்ளங்களின் தொகை அளவு, கருமையான பாறைத்தளப் பகுதியைவிட அதிகமாக அமைந்துள்ளது. எனவே, காலத்தால் முந்தியது உயர்நிலப்பகுதி, நிலவின் வரலாற்றில் பிந்திப் பிறந்தது கருமையான பாறைத்தளப் பகுதி என ஆய்வாளர்கள் மதிப்பிட்

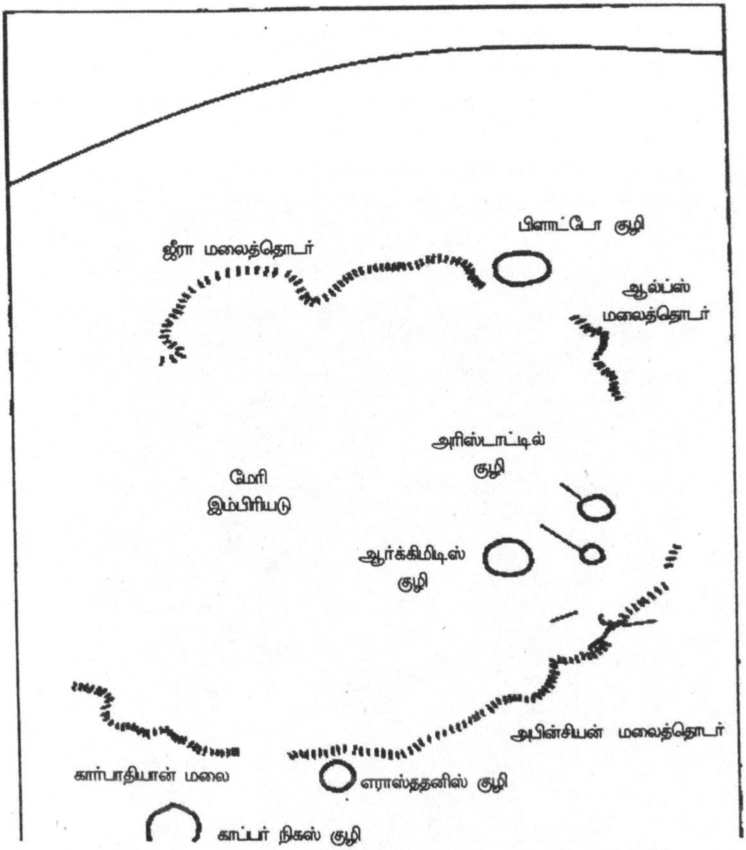

பிளாட்டோ, அரிஸ்டாடில், ஆர்க்கிமிடிஸ் ஹாட்லி ரிலி போன்ற குழிகளையும் ஓடைகளையும் உடையது மேரி இம்பிரியம். அப்போலோ 15 தரை இறங்கிய இடம். கார்பித்தான் மலைத்தொடர், அபின்சியன் மலைத்தொடர் இதனைச் சுற்றி அமைந்துள்ளது. இம்பிரியம் பாறைத்தளம் தோன்றியபோது உருவான மலைத்தொடர்கள் இவை.

டுள்ளனர். காலத்தால் தொன்மையானது என்பதால் நீண்ட கால இடைவெளியில் மோதல்கள் உயர்நிலப் பகுதியில் பதிந்துள்ளன. காலத்தால் பிந்தைய பாறைத்தளப் பகுதியில் குறைகால இடைவெளி மோதல்களே பதிவாகியுள்ளன. எனவே கிண்ணக்குழித் தொகை குறைவாக உள்ளது என விளங்கிக் கொள்ளலாம்.

நிலவில் கால் பதித்த நீல் ஆம்ஸ்டிராங்கின் காலடி புகைப்படம் உலகப் பிரசித்தி பெற்றது. காலடிபட்ட இடம் மணலில் புதைந்தபடி காட்சியளிக்கும். நிலவின் மேற்புறம் முழுவதும் வெகு பொடிப் பொடியான மணல் துளிகள்

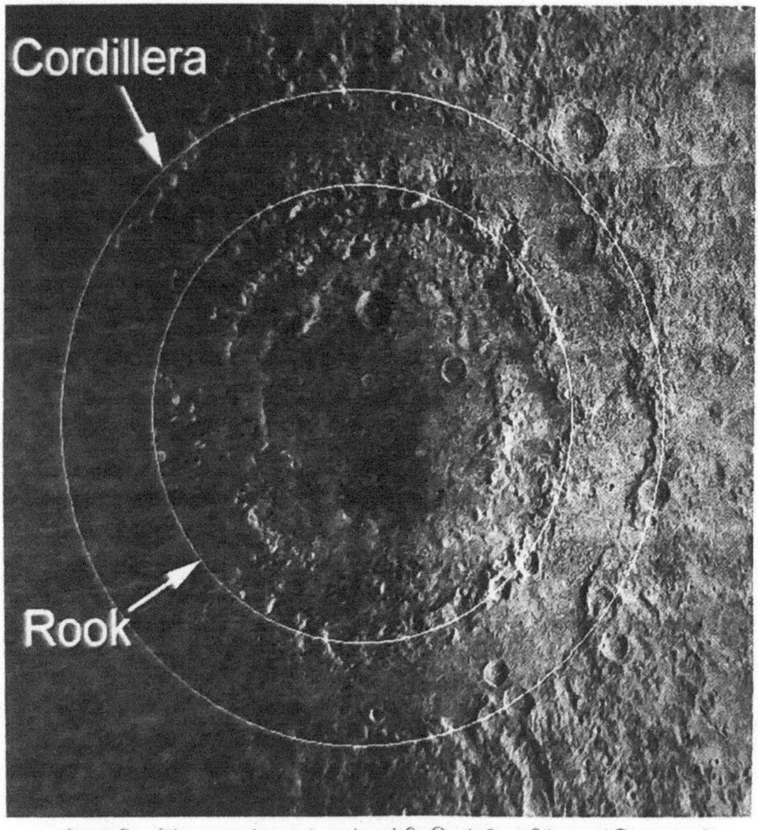

ஓரியண்டேலிங் பாறைத் தளத்தைச் சுற்றி இரண்டு மதில் சுவர்போல ருக் மலைத்தொடர் மற்றும் கார்டிலிரா மலைத்தொடர்கள்.

தூசுதும்புகள் பரவி விரவியுள்ளன. இதனை நிலவுத்தூசு Regolith (ரிக்கோலித்) என்று அழைக்கின்றனர். பாறைத் தளங்களில் மணல்தூசின் ஆழம் குறைவு. உயர்நிலப் பகுதிகளில் அதிகம். நிலவை மறுபடி மறுபடி வந்து மோதிய வான் கற்கள் ஏற்படுத்திய தூசுதும்புகள் தாம் நிலவின் மீது பொடி மணலாகப் படிந்துள்ள ளது. பாறைத் தளம் காலத்தால் பிந்தையது என்பதால் அங்கு மணல் பரப்பு குறைவு. பாறைத் தளங்களில் சுமார் 2 மீட்டர் ஆழத்திற்கு மணல் பரவியுள்ளது. ஆனால், உயர் நிலப்பகுதிகளில் 20 மீட்டர் ஆழம் வரை மணல் பரவியுள்ளது.

நிலவின் மண் வெறும் மண்ணாங்கட்டி என விஞ்ஞானிகள் ஒதுக்கிவிடவில்லை. உள்ளபடியே நிலவு

நிலவின் மறுபுறமுள்ள மாஸ்கோ கடல். இதுவும் பாறைத் தளம்தான். நிலவின் மறுபுறம் குறைவான பகுதியே பாறைத் தளமாகக் காட்சி தருகிறது.

மணலில் 40% ஆக்ஸிஜன், மேலும் 7.3% அலுமினியம்; 4.5% டைட்டானியம், பத்து லட்சத்தில் ஒரு பங்கு ஹீலியம், ஐசோடோப்பு செறிவு 3 போன்றவை உள்ளன. ஆக்ஸிஜன், ஹீலியம் 3, அலுமினியம் மற்றும் டைட்டானியம் எவ்வளவு முக்கியத்துவம் வாய்ந்த தனிமங்கள் என்பதைக் கூறத் தேவையில்லை.

நிலவின் முகத்தில் பற்பல மலைத்தொடர்கள் பரவியுள்ளன. மலைக் குன்றுகளும் காணக் கிடைக்கின்றன. அந்திரே அம்பியர் பெயரில் உள்ள அம்பியர் குன்று சுமார் மூன்று கி.மீ உயரமானது ஆகும். ஹட்லி மலைக்குன்று 4.6 கி.மீ உயரமுள்ளது. ஹீஜைன்ஸ் குன்று 5.5 கி.மீ உயரமுள்ளது. தீலிப் மோன்ஸ் எனும் 2 கி.மீ உயரக் குன்றுக்கு இந்தியப் பெயர் சூட்டப்பட்டுள்ளது.

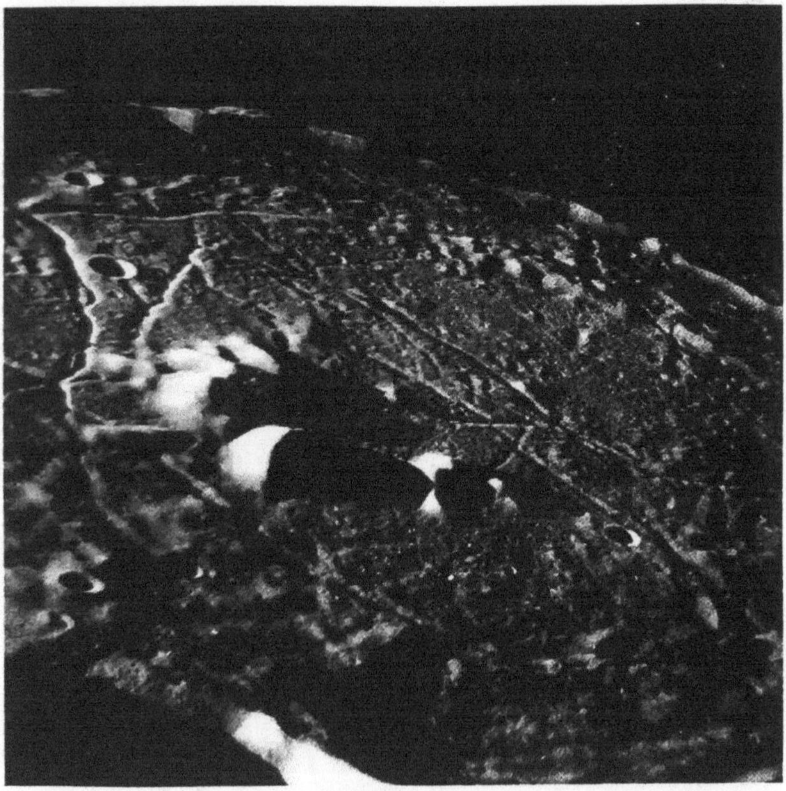

கெஸெண்டி குழியினுள் காணப்படும் ஓடை போன்ற ரில்லி (Rille)

மான்டெஸ் ரெக்டி (Recti) 90 கி.மீ நீளமுள்ள மலைத்தொடர். பெயருக்கு ஏற்றபடி இது பார்வைக்கு ஒரு கோட்டில் அமைந்தது போல புலப்படுகிறது. இந்தத் தொடர் சுமார் 20 கி.மீ அகலமுடையது. மேரி இம்பிரியம் எனும் பாறைத்தளத்தை ஒட்டி இது அமைந்துள்ளது. 574 கி.மீ நீளமுள்ள மான்டெஸ் கார்டிலிரா (Cordillera) மேரி ஓரியன்டலின் விளிம்புப் பகுதியில் உள்ளது. ஓரியண்டல் உள்விளிம்பு மலைத்தொடர் மான்டஸ் ரூக். அதன் வெளியே சுற்றி அமைந்துள்ள தொடர் கார்டிலிரா. மேரி ஓரியண்டல் பள்ளம் உருவானபோது அங்கு மோதிய விண்பாறை தூக்கி அடித்த பொருட்கள் குவிந்து உருவானவையே இந்த மலைத்தொடர்கள்.

163 கி.மீ நீளமுள்ள மான்டெஸ் ஆர்கிமிடிஸ் மேரி இம்பிரியத்தின் சமதளப் பகுதியில் காணக்கிடைக்கிறது. இதன் அருகே மான்டெஸ் அபினிசியஸ் மலைத்தொடர் உள்ளது. இவை போல 18க்கும் மேற்பட்ட நீண்ட மலைத்தொடர்கள் நிலவில் உள்ளன.

பெரும்பாலான குன்றுகள் கிண்ணக்குழி ஏற்பட்டபோது உருவானவை. பெரும் குழிகளின் விளிம்பில் ஏற்பட்ட மதில் சுவர் இடிந்து சரிந்து மலைத்தொடர்கள் உருவாயின. மலை, மலைத்தொடர்கள் தவிர, நிலவின் பரப்பில் ஓடை போன்ற வடிவம் காணக் கிடைக்கிறது. ரில்லிஸ் (Rilles) என இவை அழைக்கப்படுகின்றன. ஒரு கிலோ மீட்டர் அகலம் பல கிலோ மீட்டர் நீளம் உடையவை இவை. எரிமலைக் குழம்பு ஓடிய

லூனா போன்ற விண்கலங்கள் புவிக்கு எடுத்து வந்த நிலவு கல் மற்றும் மண் மாதிரி. இதனை ஆராய்ந்து நிலவின் ஆக்கம் குறித்து விளங்கிக் கொள்ளலாம்.

பாதை இது எனக் கருதுகிறார்கள். அரியடேயஸ் (Ariadaeus) கிண்ணக்குழிக்கு அருகே உள்ள ரிமா அரியடேயஸ் இத்தகைய ஒரு ஓடைதான். இது சுமார் 300 கி.மீ நீளமுடையது.

சுமார் 2 கி.மீ. ஆழமுள்ள கொஸண்டி கிண்ணக்குழியினுள் ஓடை போன்ற அமைப்பு புலப்படுகிறது. மோதல் விளைவாக எழுந்த எரிமலைப் பாறைக் குழம்பு வழிந்தோடிய பகுதி இது எனக் கருதப்படுகிறது.

சுமார் 150 கி.மீ குறுக்களவு கொண்ட மேரி அங்குயிஸ் (பாம்புக் கடல்) முதல் 256 கி.மீ குறுக்களவு கொண்ட ஓஸியனஸ் புரோஸெலரம் (சூறாவளிக் கடல்) வரை பற்பல தாழ்நில பாறைத் தளங்கள் நிலவில் உள்ளன.

சுமார் 1596 கி.மீ குறுக்களவு கொண்ட மேரி பிரிகோரிஸ் (குளிர் கடல்) மேரி இம்பிரியம் அருகே உள்ளது.

மேரி இம்பிரியம் (மழைக்கடல்) சுமார் 1123 கி.மீ குறுக்களவு கொண்டது. அப்போலோ 15 தரையிறங்கிய சில இடம் இது.

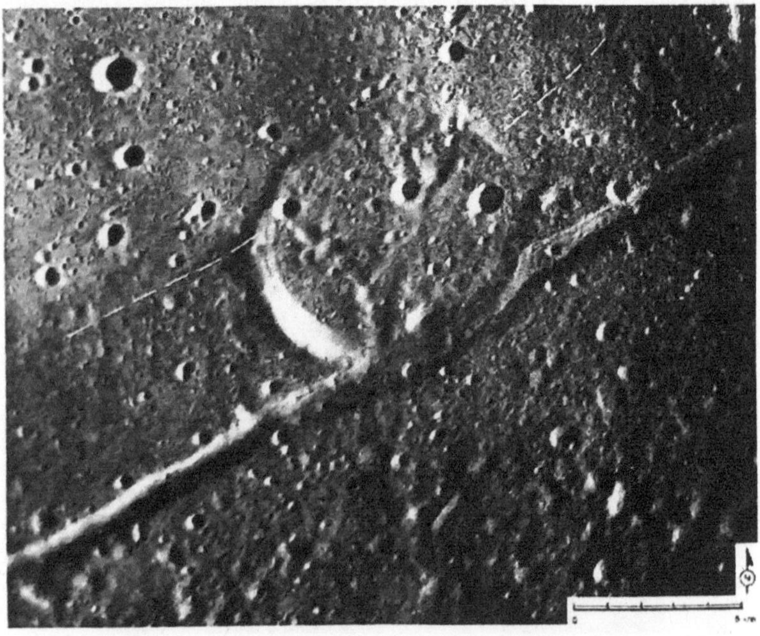

நிலவின் மீது ஓடை போன்ற முற்கால எரிமலைக் குழம்பு பாய்ந்த வடிகால் பகுதிகள் காணப்படுகின்றன.

ஆர்க்கிமிடிஸ், பிளாட்டோ கிண்ணக்குழிகள் இதன் அருகே உள்ளன. மான்டஸ் அபினியஸ் இதன் தென்மேற்குப் பகுதியில் உள்ளது.

மேரி மாஸ்கோவினிஸ் (மாஸ்கோ கடல்) நிலவின் மறுபுறத்தில் உள்ள ஒரு முக்கிய பாறைத்தளம் ஆகும். சுமார் 277 கி.மீ குறுக்களவு உள்ள இந்தப் பாறைத்தளம் லூனா-3 விண்கலம் முதன் முதலில் இனம் கண்டது. இதன் விளிம்பில் கொமரோவ் மற்றும் டிட்டோவ் கிண்ணக்குழிகள் உள்ளன. இது ஆழம் குறைவான மேரி ஆகும். சுமார் 250 கோடி வருடம் முன்பு ஏற்பட்ட பெரும்பாறை மோதலில் ஏற்பட்டது இந்தத் தளம்.

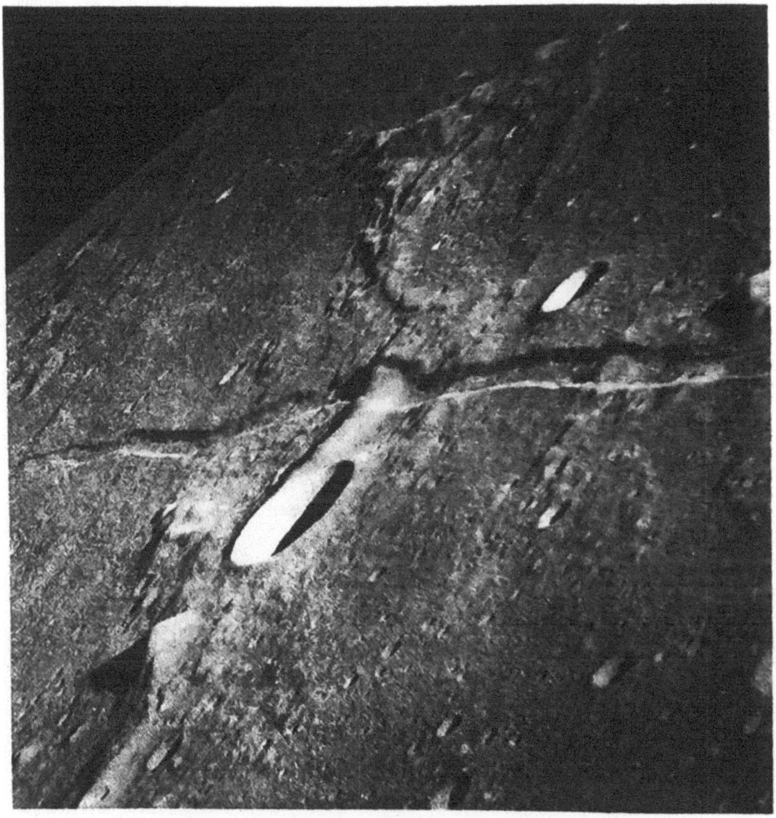

ரிமா அரியடேயஸ் மற்றும் அதில் காணப்படும் ஒலி போன்ற வடிகால்.

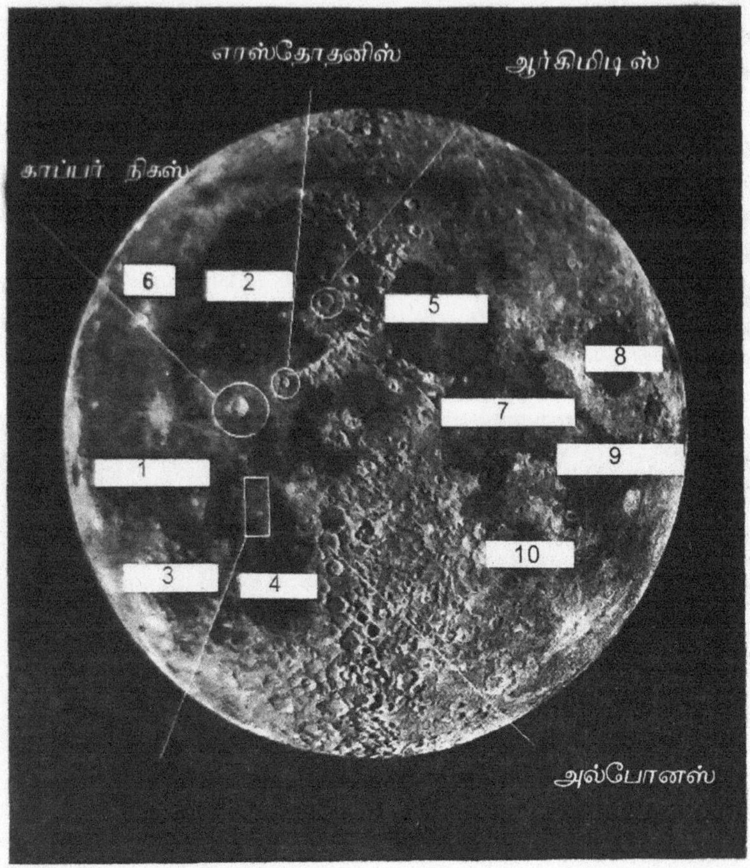

புறநோக்கில் நிலவு முகத்தில் உள்ள முக்கிய(மேரி) பாறைத் தளங்கள்

(1) லூசினஸ் புரோஸெலரம் (சூறாவளிக் கடல்)

(2) மேரி இம்பிரியம் (மழைக்கடல்)

(3) மேரி ஹீமரம் (நீர்ப்பசைக் கடல்)

(4) மேரி நூபியம் (மேகக் கடல்)

(5) மேரி ஸெரின்னாடிஸ் (அமைதிக் கடல்)

(6) மேரி வேபரம் (நீரான கடல்)

(7) மேரி டிரயாஸ்குலிடிஸ் (அமைதிக் கடல்)

(8) மேரி கிரைசரியம் (சிசிசல் கடல்)

(9) மேரி பெகுண்டியஸ் (வளமைக் கடல்)

(10) மேரி நெக்டரிஸ் (தேன் கடல்)

11

நிலவின் வயது

ஒரு பொருளின் வயது அதனுள் பொதிந்து கிடக்கும். உயிரற்று சடமாக உள்ள கல்லும் கதை சொல்லும். ஒவ்வொரு கற்களிலும் அதன் வயது படிந்து கிடக்கிறது. அதன் உள்ளே

நிலவியலாளர் ஜேக்ஷிமிட் நிலவின் தரைப்பரப்பினை ஆராய்ந்து மாதிரி சேகரிக்கிறார்.

மறைந்து கிடக்கிற தகவலை அறியும் சாவி கதிரியக்கம் கதிரியக்கக் கடிகாரம் கொண்டு கற்களின் வயதை அறிந்து கொள்ளலாம்.

தாய் கதிரியக்க ஐசோடோப்புகள் சிதைந்து சேய் தனிமமாக மாறும் என்பதை அறிவோம். எடுத்துக்காட்டாக 40K எனும் பொடாசியம் ஐசோடோப்பு 40 காலப்போக்கில் சிதைந்து ஆர்கான் வாயு ஐசோடோப்பு 40 என உருமாறும். மொத்த பொட்டாசியம் ஐசோடோப்பு -40ல் சரிபாதி அளவு 128 கோடி வருடத்தில் ஆர்கான் ஐசோடோப்பாக மாறும். மீதமுள்ள கால் பங்கில் பாதி அரைக்கால் அளவு அடுத்த 128 கோடி ஆண்டில் ஆர்கான் ஐசோடோப்பாக மாறும். இவ்வாறு தொடர் நிகழ்வாக ஆர்கான் வாயு உருவாகும்.

பாறை இளகி உருகி திரவ நிலையில் அல்லது குழம்பு நிலையில் உள்ளபோது பாறையில் குவியும் ஆர்கான் வாயு கசிந்துவிடலாம். ஆனால் பாறை உறைந்த பிறகு கசிய முடியாது. எனவே உறைந்த பாறையின் வயதைக் கணக்கிட்டு விடலாம். வேறு வகையில் கூறப்போனால், ஒரு பாறையில் ஆர்கான் ஐசோடோப்பு -40 மற்றும் பொட்டாசியம் ஐசோடோப்பு-40 இன் அளவு சரிசமமாக உள்ளது என்றால் அந்தப் பாறை உருகிய நிலையிலிருந்து குளிர்ந்து பாறை வடிவமாக மாறி 128 கோடி ஆண்டுகள் ஆகியுள்ளது என்று பொருள். இயற்கையில் ஆர்கான் 40 ஐசோடோப்பு கிடையாது. இவ்வகை வெகு அரிது. எனவே பாறையில் காணப்படும் ஆர்கான் 40 முழுமையும் பொட்டாசியம் 40லிருந்துதான் உருவாகியிருக்க வேண்டும். எனவே, அந்தப் பாறையின் வயது 128 கோடி ஆண்டு என இனம் காணலாம். இவ்வாறு பாறையில் உள்ள பொட்டாசியம் 40 மற்றும் ஆர்கான் - 40 ஆகிய ஐசோடோப்பு விகிதங்களைத் துல்லியமாகக் கணக்கு செய்து பாறையின் வயதைக் கணக்கிடலாம்.

பொட்டாசியம் 40, ஆர்கான் 40 போன்று பல கதிரியக்க தாய்-சேய் ஜோடிகள் உள்ளன. தாய்-சேய் தனிமங்களின் விகிதாசார விரவலைக் கொண்டு பாறைகளின் வயதை அளக்க முடியும். இதுவே கதிரியக்க கடிகாரம்.

நிலவின் வயதை அறிய இதே கடிகார முறையைப் பயன்படுத்த முனைந்தனர் விஞ்ஞானிகள். நமது கைகளுக்கு அப்பால் தொலைவில் நிலவு இருந்தவரை இந்த முறையைக் கொண்டு நிலவின் வயதைக் கணிக்க இயலவில்லை. நிலவை விண்கலங்கள் சென்றடைந்ததிலிருந்து நிலவின் வயதை அறிய முடிந்துள்ளது.

சோவியத் விண்கலங்கள் இயந்திரக் கருவிகளை அனுப்பின. நிலவின் தரை மற்றும் தரைக்கு அடியில் உள்ள பகுதியில் தோண்டி

மண், கல் வகை மாதிரி சேகரித்துப் புவிக்கு அனுப்பின. லூனா 16 (12 செப்டம்பர் 1970 அன்றும்) லூனா 24 (9 ஆகஸ்டு 1976 அன்றும்) நிலவில் தரையிறங்கின. அவற்றின் இயந்திரக்கரம் நிலவின் தரையிலிருந்து கல், மணல் முதலியவற்றை அள்ளிக் கொண்டன. பின்னர் சேய்க்கலம் பூமி திரும்பியது. அதுபோன்றே சோவியத் யூனியனின் லுனாகோட் இயந்திரம், அமெரிக்காவின் அப்போலோ திட்டம் முதலியவை யும் நிலவின் கல், மண், பாறை மாதிரிகளைச் சேகரித்து பூமிக்கு எடுத்து வந்தன.

இதற்கெல்லாம் சிகரமாக அமெரிக்க நிலவுப் பயணத்தின் பகுதியான அப்போலோ-17 விண்திட்டத்தில் ஒரு புவியியல் ஆய்வாளர் நிலவுக்குப் பறந்தார். ஜேக் ஷிமிட் எனும் புவியியல் ஆய்வாளர் விண்வெளி பயிற்சிபெற்று நிலவுக்குச் சென்றார். நேரடியாக நிலவின் பகுதியில் கிடைக்கும் கல் மாதிரிகளைச் சேகரித்தார். ஷிமிட் புவியியல் ஆய்வாளர் ஆகையால் சரியான

லூனா-16 போன்ற இயந்திர ரோபோ விண்கலங்களை சோவியத் யூனியன் ஏவியது. இவை நிலவில் இறங்கித் தாமே ஆய்வுகளை மேற்கொண்டன.

தேர்வான கற்களை மாதிரிக்காகச் சேகரிக்க முடிந்தது. இவ்வாறு இதற்கு முன்பும் பின்பும் சேகரிக்கப்பட்ட மண், கல் மாதிரிகளின் பரிசோதனை வழி நிலவின் வயதினை விஞ்ஞானிகள் உறுதிப்படுத்தியுள்ளனர்.

அப்போலோ 17 வழிபெறப்பட்ட டுனைட் வகை கல் சுமார் 450 கோடி ஆண்டு தொன்மை வாய்ந்தது என்பது உறுதிப்பட்டது. அப்போலோ விண்வெளித் திட்டம் வழி பெறப்பட்ட அனைத்து கல், மண் மாதிரிகளில் மிகவும் தொன்மை வாய்ந்தது அப்போலோ 16 வழி பெறப்பட்ட உயர்நிலப் பாறை மாதிரி ஆகும். கதிரியக்க ஐசோடோப்பு வழி இதன் வயது சுமார் 450 கோடி என மதிப்பிடப்பட்டுள்ளது. சற்றேறக்குறைய புவியின் சம வயது நிலவுக்கு என இதன்வழி அறிகிறோம். புவியின் மீது வேறு ஒரு வான் பொருள் மோதி நிலவு உருவாகியிருந்தால் அந்த நிகழ்வு புவியின் இளமைக் காலத்தில்; புவியின் துவக்க நிலையில் நடைபெற்றதாக இருந்திருக்க வேண்டும் என்பது தெளிவு. புவி உருவானதற்கு சற்றுப் பிந்தி உடனே நிலவு உருவாகி விட்டது என்பது இதிலிருந்து புலனாகிறது.

நிலவின் முகத்தில் உள்ள வறண்ட பாறைக்குழம்புத் தளங்கள் நிலவு உருவானதற்குப் பிந்தி பிறந்தவைதாம். நிலவில் விண்கற்கள் மோதி முதலில் இப்பள்ளங்கள் உருவாயின. பின்னர் எரிமலைகள் வெடித்துச் சிதறி லாவா குழம்பு இப்பள்ளங்களில் படிந்தது. லாவா குழம்பு உருகிப் படர்ந்து படிந்து இந்தத் தளங்கள் உருவாயின. இப்பாறைத் தளங்களில் இரண்டு வகைப் பாறைகள் காணக் கிடைக்கின்றன, ஒன்று வந்து மோதிய வான்பொருள் உருகிப் பிணைந்த பாறைகள் மற்றது எரிமலைக் குழம்பு கசிந்து உருவான எரிமலைப் பாறைகள். இப்பாறைகள் இந்தப் பாறைக் குழம்புத் தளங்களின் வயதைச் சுட்டி அமையும்.

பாறைக்குழம்பு தள பகுதிகளில் நடத்தப்பட்ட ஆய்வுவழி இவற்றின் வயது தோராயமாக மதிப்பிடப்பட்டுள்ளது. இதுவரை அறியப்பட்டதில் மிகத் தொன்மையான பாறைக்குழம்புத் தளம் ஸெரின்னாடிஸ். இதன் வயது 426 கோடி ஆண்டுகள் ஆகும். மிகவும் இளமையான பாறைக்குழம்புத் தளம் ஓரியன்டேலின் வயது சுமார் 100 முதல் 80 கோடி வருடங்கள்தான். நிலவில் விண்கற்கள் மோதி இந்தக் குழித் தளங்கள் உருவாயின. மோதலில் எழுந்த உயர் வெப்பத்தில் நிலவின் அப்பகுதி உருகிப்பின்னர் உறைந்து போனது. அவ்வாறு பிரஸியா வகை சிறப்புப் பாறைகள் உருவாயின.

மோதலின் விளைவாக ஏற்பட்ட பிரஸியா வகைப் பாறைகள் தாம் பாறைக்குழம்புத் தள பகுதிகளில் தொன்மையானவை.

இந்தப் பாறைக்குழம்பு தளக் குழிகளில் காணக் கிடைக்கும் எரிமலைப் பாறைகள் காலத்தில் பிந்தியவை. எரிமலைக் குழம்பு படிந்து உருவாகும் பாறைகள் இவை. புரோஸெலரம் பகுதி எரிமலைப் பாறைகள் சுமார் 320 கோடி ஆண்டுகள் தொன்மையானவை. ஸெரின்ரைடிங் பகுதி எரிமலைப் பாறை 380 கோடி ஆண்டுகள் பழமையானது ஆகும். எனவேதான் முதலில் மோதல் நிகழ்வு நடந்து பள்ளம் ஏற்பட்டது. மோதல் வழியாக பிரஸியா வகைப் பாறைகள் ஏற்பட்டன. அதன்பின் எரிமலைக் குழம்பு கசிந்து பாறைத்தளம் உருவாகியது என்ற முடிவுக்கு வந்தனர் விஞ்ஞானிகள்.

தொகுப்பாய்க் கூறினால் நிலவின் புவியியல் வரலாற்றில் மூன்று முக்கியக் கட்டங்கள் புலப்படுகின்றன. 1. நிலவின் மேல்அடுக்கு உருவாக்கம் 2. பள்ளங்கள் உருவாக்கம் 3. பள்ளங்கள் பாறைக்குழம்புத் தளமாக உருப்பெற்ற நிகழ்வு.

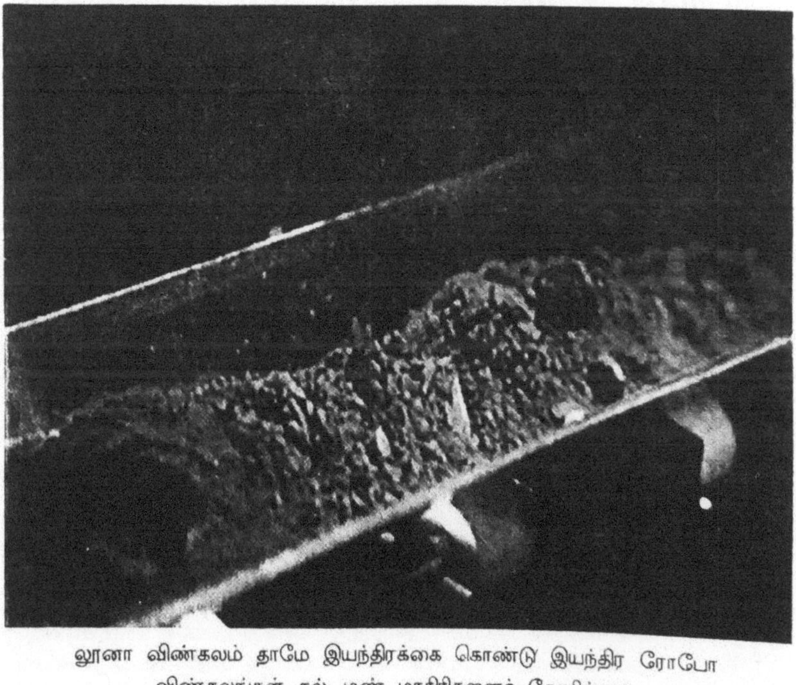

லூனா விண்கலம் தாமே இயந்திரக்கை கொண்டு இயந்திர ரோபோ விண்கலங்கள் கல், மண் மாதிரிகளைச் சேகரித்தன.

நிலவு பிறந்தபோது ஏனைய வான்கோள்கள் போல அதுவும் வெப்பநிலையில் இருந்திருக்க வேண்டும். நிலவில் உள்ள பொருட்களில் ஓரளவேனும் கதிரியக்கத் தனிமம் விரவிக் கிடந்திருக்கும். இந்தக் கதிரியக்கத் தனிமங்கள் காலப்போக்கில் சிதைந்து வெப்பத்தை உருவாக்கும். கதிரியக்கச் சிதைவு காரணமாக வெப்பம் உருவாகி குழம்பு நிலையை ஓரளவேனும் சந்தித்திருக்கும். காலப்போக்கில் வெப்பம் வெளியேறி மறுபடி நிலவு திடநிலை அடைந்திருக்கும். நிலவு குழம்பு நிலையில் இருந்தபோது குறை அடர்த்திப் பொருட்கள் (சுமார் 2.79 கி/ செ.மீ.[3]) அதன் மேற்புறம் உயர்ந்து மிதந்தன. இவை படிந்து குளிர்ந்து நிலவின் மேல் ஓடு உருவாகியது இது முதற்கட்டம்.

மேல் ஓடு உருவானதற்குச் சற்றே பிந்தி பல வான் பொருட்களின் மோதலை நிலவு சந்தித்தது. 425 முதல் 385 கோடி ஆண்டுக்கு முற்பட்ட இடைக்காலத்தில் நிலவின் மீது விழுந்த பெரும் விண்கற்களின் விளைவாகப் பெரும்பள்ளங்கள் உருவாயின. இவையே மேரி எனப்படும் பாறைத் தளங்களாக உருவெடுத்தன.

380 முதல் 390 கோடி ஆண்டுக்கு முற்பட்ட இடைப்பட்ட காலத்தில் நிலவு தொடர்ந்து விண்கற்கள் மோதலைச் சந்தித்தது.

லூனா20 விண்கலத்தின் பகுதியாக நிலவுக்குச் சென்று அங்கே மாதிரிகளைத் திரட்டி மறுபடி புவி நோக்கி சேய்கலம் ஏவப்பட்டது. மாதிரிகள் அடங்கிய திரும்புகலம் புவியில் தரையிறங்கியுள்ள புகைப்படம்.

பெருமழை போல ஆலங்கட்டி போல விண்கற்கள் நிலவை மோதின. இக்காலகட்டத்தில் விழுந்த விண்கற்களின் அளவு காலம்தோறும் வேறுபட்டு அமைந்தது. துவக்கத்தில் பெரிய அளவிலான பாறைகள் விழுந்தன. காலம் செல்லச் செல்ல விழும் விண் கற்களின் அளவு குறைந்து கொண்டே போனது. நிலவு உருவான கட்டத்தில் சூரியக் குடும்பத்தில் பெரிய பெரிய பாறைத் தொகுதிகள் இருந்தன. இவை நிலவின் மீது விழுந்து முதலில் பெரிய பள்ளங்களை உருவாக்கின. பின்னர் அளவு குறைந்த பாறைகள் விழுந்தன. தற்போது சிறு சிறு கல், மணல் துகள்கள் மட்டுமே நிலவின்மேல் மோதுகிறது. இப்பாறைகளின் மோதலினால் நிலவின் முகத்தில் அம்மைத் தழும்பு போன்ற பலப்பல கிண்ணக்குழி பள்ளங்கள் உருவாயின.

சுமார் 379 முதல் 320 கோடி ஆண்டுக்கு இடைப்பட்ட காலத்தில் எரிமலைக் குழம்பு கசிந்து பள்ளங்களில் படிந்தன. நிலவின் மேல் ஓட்டிற்கு அடிப்புறத்திலிருந்து கசிந்த இந்த எரிமலைக் குழம்பு பெரும் பள்ளங்களில் படிந்து பாறைக்குழம்புத் தளங்களாக உருமாற்றம் பெற்றது. புவியை நோக்கி அமைந்த நிலவின் பகுதியில் மேல் ஓடு தடிமன் குறைந்து அமைந்துள்ளது. நிலவின் மறுபக்க மேல் ஓடு சற்றே தடிமனானது. எனவே நிலவின் புவி நோக்கிய பகுதியில் எளிதில் எரிமலைக் குழம்பு கசிந்து மறுபக்கத்தைக் காட்டிலும் மிகுதியாக பாறைக்குழம்புத் தளங்கள் புலப்படுகின்றன.

அதன்பின் சற்றேறக்குறைய கடந்த 310 கோடி ஆண்டுகளாக நிலவின் முகத்தில் பெரும் மாற்றம் ஏதுமில்லை. அவ்வப்போது அதில் மோதும் சிறு சிறு விண்கற்கள் ஏற்படுத்தும் கிண்ணக்குழி பள்ளங்கள் தவிர நிலவின் முகம் மாற்றமில்லாமல் அமைந்துள்ளது.

12

நிலாவின் உள் அமைப்பு

நிலாவும் பூமியும் ஒருங்கே தோன்றிய பிண்டங்கள்தாம். ஒரு கொடியின் இரு மலர்கள்தாம். எப்படி இவை இரண்டும் உருவெடுத்திருந்தாலும் இரண்டும் ஒன்றோடு ஒன்று தொடர்புடையவை. இரண்டும் இரு துருவங்களாகப் பரிணமித்ததற்குக் காரணம் இவற்றின் ஒப்பீட்டு அளவு. நிறை நிலவைப் போல் 81 மடங்கு அதிக நிறைகொண்டது பூமி. எனவே பிறப்பு ஒன்றாகிலும் இரண்டும் இரண்டு வழியில் பரிணமித்துள்ளன.

சரிசமமாகப் பொருள்கள் பரவல் உள்ள கோளத்தின் சமத்துவ விசை 0-400 என அமையும். கோளத்தினுள் மிகு எடை தனிமங்கள் மையத்தில் குவிந்து அடர்த்தி குறைந்த பொருட்கள் விளிம்பில் நிறைந்தால் அதன் சமத்துவ விசை குறையும். எடுத்துக்காட்டாக மையக் கருவில் இரும்பு போன்ற உலோகம் குவிந்து, விளிம்பின் மேல் ஓட்டில் சிலிகேட் போன்ற அடர்த்தி குறைவான பாறைகள் குவிந்த புவியின் சமத்துவ விசை 0.36 தான். மையத்தில் நிறை குவிந்த கரு அதைச் சுற்றி இடை அடுக்கில் உறை பாறை மண்டலம், அதன் மேலே மேல் ஓடு என அடுக்கு அடுக்குப் போர்வையாக பூமி அமைந்துள்ளதால் அதன் சமத்துவ விசை 0.36 என அமைகிறது. ஆனால் நிலவின் சமத்துவ விசை 0.391. எனவே நிலவு அவ்வளவாக வேறுபட்டு கரு இடையே மேண்டல் மேலே மேல் ஓடு என தெளிவாக அடுக்கு அடுக்காக அமைந்த கோளமாக இருக்க முடியாது என்று புலப்படுகிறது. மேல் ஓடு உருவாகியிருந்தாலும் அவை தெளிவற்று சற்றே பல பொருட்களின் கலவையாகத்தான் இருக்க வேண்டும். வெகுகாலம் திரவ வடிவில் குழம்பு நிலையில் நிலவு இருந்திருக்க முடியாது. நிலவு தோன்றியதும் சட்டென்று குளிர்ந்து வேகமாக உருவெடுத்திருக்க வேண்டும் என்றே தோன்றுகிறது.

நிலவு தோன்றிய கட்டத்திலேயே தனது வாயு மண்டலத்தை இழந்துவிட்டது. வாயுமண்டலத்தைத் தக்க வைக்கும் அளவிற்கு நிலவுக்கு ஈர்ப்பு சக்தி போதாது. வாயு மண்டலம் இன்மையால்

நிலவின் தரைப்பகுதி சூரியக் கதிர்களின் தாக்குதலுக்கு உள்ளாகும். சூரியக் கதிரின் வீரியமிக்க தாக்குதலால் தரைப்பரப்பில் உள்ள பொருட்களில் வேதிவினை ஏற்படும். எளிதில் ஆவியாகும் வேதிப்பொருள்களும் வாயு நிலை அடைந்து நிலவின் தரைப்பரப்பிலிருந்து வெளியேறிவிடும். கொஞ்சம் கூட ஈரப்பசை அற்ற வறண்ட நிலம் நிலவு.

தெளிவான அடுக்கு அமைப்பு நிலவில் சாத்தியமில்லை என்றாலும், ஓரளவேனும் அமைப்பு இருக்க வேண்டும். நிலவின் அமைப்பு என்ன? நிலவுக்குள் எத்தகைய பாறை அமைப்புகள் உள்ளன. நிலவுக்குக் கரு உண்டா? கரு திடநிலையா? திரவ நிலையா? முதலிய பற்பல கேள்விகளுக்கு இதுவரை எளிதில் விடை இருக்கவில்லை. தொலைவில் இருந்து கொண்டு தொலைநோக்கி வழி நிலாவின் அமைப்பு குறித்து ஆய்வுகள்

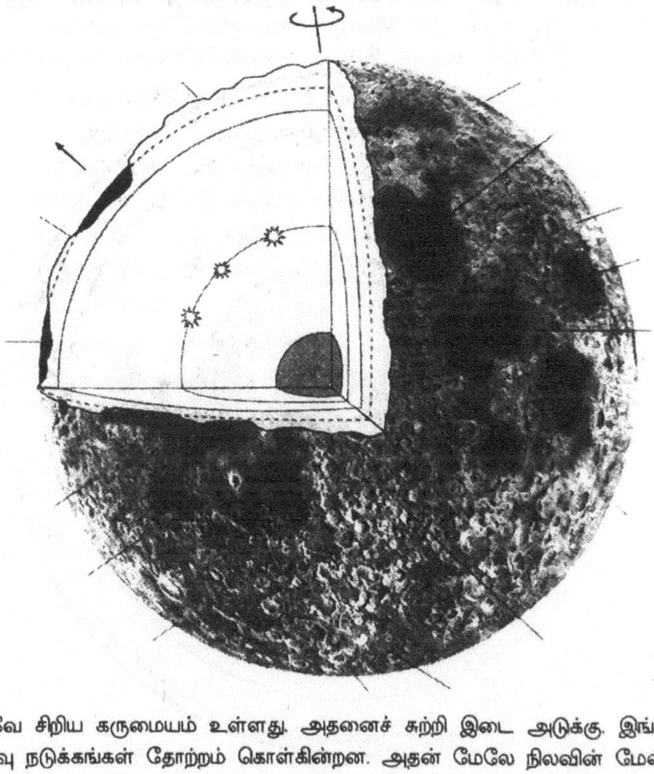

நடுவே சிறிய கருமையம் உள்ளது. அதனைச் சுற்றி இடை அடுக்கு. இங்குதான் நிலவு நடுக்கங்கள் தோற்றம் கொள்கின்றன. அதன் மேலே நிலவின் மேல் ஓடு. மேல் ஓட்டில் எரிமலைக் குழம்பு படிந்த பாறைத்தளம். இதுவே நிலவு அமைப்பு

மேற்கொள்ளப்பட்டது. ஆயினும் ஓரளவுதான் வெற்றி பெற முடிந்தது. 1959இல் சோவியத் யூனியன் ஏவிய லூனா விண்கலம் முதற்கொண்டு நவீன விண்வெளியுகம் பிறந்த பிறகு, நிலவு குறித்த ஆய்வு மேலும் சூடு பிடித்துள்ளது. விண்கலம் வழி நேரடியாக நிலவில் ஆய்வுகள் மேற்கொள்ள முடிந்துள்ளது.

புனைவாக நிலவைக் குறித்து அறிமுகம் செய்வதை விடுத்து நிலவின்மீது புவியியல் ஆய்வுகள் மேற்கொள்ள முடிந்துள்ளது. புவி நடுக்கம் போன்று நிலவிலும் அவ்வப்போது அதிர்வுகள் ஏற்படுகின்றன. மேலும், விண்கலம் நிலவில் மோதும்போது ஏற்படும் அதிர்வுகளை அளவிட்டு, அதிர்வு அலைகள் பரவலை ஆராயலாம். இத்தரவுகளை வைத்து நிலவின் உள் வடிவத்தை மதிப்பிடலாம். அதுமட்டுமல்ல, அப்போலோ மற்றும் லூனா விண்கலங்கள் எடுத்துச்சென்ற நிலஅதிர்வு அளவிகள் அதிர்வுகளைப் பதிவு செய்தன. அவ்வப்போது நிலவில் மோதும் விண்கற்களும் அதிர்வலைகளை ஏற்படுத்துகின்றன. ஆனால்

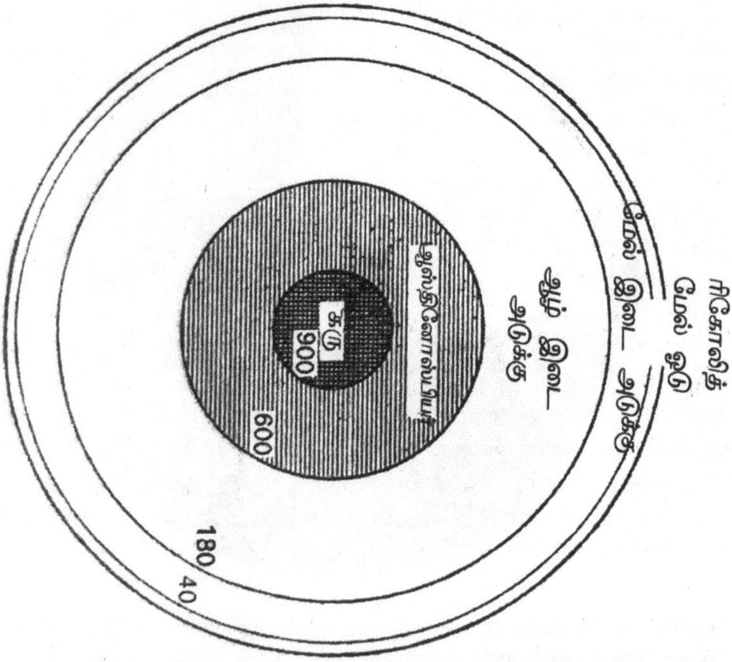

நிலவின் உள் அமைப்பு. மேலே தோல்போல ரிகோலித் பரவியுள்ளது.

இத்தகைய மோதலின் விளைவாக எழும் அலைகள் நிலவின் நில அதிர்வுகளிலிருந்து வேறுபட்டு அமைகின்றது. அப்போலோ ஆய்வுகளில் சுமார் 1300 நிலாவின் நிலஅதிர்வுகளைப் பதிவு செய்து ஆராய்ந்துள்ளனர் என்பது குறிப்பிடத்தக்கது. பெரும்பாலான நிலாவின் நிலஅதிர்வுகள் சுமார் 800-1000 கி.மீ. ஆழத்திலிருந்து உருவானவை சில 50-250 கி.மீ. ஆழத்திலிருந்தும் உருவாகின்றன என தெரிய வருகிறது.

புவியின் மேல் ஓட்டின் தகடுகள் ஏற்படுத்தும் சலனம் தான் நிலநடுக்கம். நிலவில் எப்படி அதிர்வுகள் ஏற்படுகின்றன? நிலவின் மேல் ஓட்டுத் தகடுகள் இல்லை. ஆயினும் நிலாவில் நிலநடுக்கங்கள் ஏற்படுவது எப்படி? புவி மற்றும் சூரியன் செலுத்தும் ஈர்ப்பு சக்தியில் அங்கும் இங்கும் இழுபடுவதால் பல நிலா(நில) நடுக்கங்கள் ஏற்படுகின்றன. பகல் இரவில் வெப்பநிலை மிக உயர்ந்தும் மிகக் குளிர்ந்தும் அமைகிறது. பாறைகள் பகல்வெப்பத்தில் விரிவடைகின்றன. இரவு கடும் குளிரில் மறுபடி சுருங்குகின்றன. இதன் காரணமாகவும் நிலவின் நிலநடுக்கங்கள் எற்படுகின்றன எனக் கூறுகின்றனர்.

ஜூலை 1972ஆம் ஆண்டு நிலாவில் அப்போலோ விண்கலம் ஆய்வு செய்தபோது சுமார் 1 டன் எடையுள்ள விண்கல் நிலாவில் மோதியது. இந்த மோதல் ஏற்படுத்திய அதிர்வலைகளை அப்போலோ விண்கலம் ஆய்வு செய்தது. 100 முதல் 1300 கி.மீ. ஆழத்தில் நிலவின் மென்பாறைக் கோளம் உருகிய இளகிய நிலையில் உள்ளது இந்த ஆய்வுவழி உறுதிப்பட்டுள்ளது.

மென்பாறை கோளத்திற்குள் சுமார் 800 கி.மீ. குறுக்களவு உள்ள ஒரு உள்மையம் உள்ளது எனவும் நிலா அதிர்வு ஆய்வுகள் சுட்டுகின்றன. இதன் வெப்பம் மிகமிகக் குறைவே ஆகும். எனவே திரவ நிலையில் இருக்க இயலாது என அறிஞர்கள் கருதுகின்றனர். உள்ளபடியே புவி போன்று கனகச்சிதமாக அடுக்கு அடுக்கான உள் அமைப்பு நிலாவில் இல்லை என்றாலும், மேல் ஓடு என்ற அமைப்பு உறுதிப்பட உள்ளது என்பது தெளிவு. உருகிப் பின் உறைந்து படிந்து நிலாவின் மேல் ஓடு உருவாகி உள்ளது. அதன் உள் கரு மையம் உள்ளது. கரு மையத்திற்கும் மேல் ஓட்டிற்கும் இடையே மேண்டல் (இடைஅடுக்கு) மண்டலம் உள்ளது என்பதும் உறுதிப்பட் டுள்ளது. ஆனால் இந்த அடுக்குகள் புவியின் உள்அடுக்குத் தன்மையிலிருந்து வேறுபட்டுத் தனித்துவம் உடையவை.

13

சிறுகக் கட்டி பெருக வாழ்

ரஷ்ய விஞ்ஞானி வி.எஸ். ஸஃபரனாவ் (Safronov) என்பவர் வகுத்த கொள்கையின்படி சூரியனும் சூரியக் குடும்பமும் வெகுகாலத்திற்கு முன்பு இருந்த சூரிய முகிலிலிருந்து உருவெடுத்தன. இந்த சூரிய முகில் ஹீலியம் மற்றும் ஹைடிரஜன் வாயு நிரம்பியதாக இருந்தது. வேறு தனிமங்கள் ஓரளவு இருந்தன. சுமார் 460 கோடி ஆண்டுகளுக்கு முன்பு சூரிய முகில் திரளத் துவங்கி சிறுசிறு மணல்துளிகள் உருவாயின. முகிலில் உள்ள மூலக்கூறுகள் தாம் முதலில் திரண்டன. திரண்டபோது மூலக்கூறுகள் ஒன்றோடு ஒன்று பிணைந்து கூட்டாகித் திரட்சி பெற்றது. இவ்வாறு மணல் துளிகள் உருவாயின. விளிம்புப் பகுதியில் மணல் துகள் உருவானபோது முகிலின் மையப்பகுதி திரண்டு குவிந்தது. திரட்சிபெற்ற மையப்பகுதியில் அதிக நிறை குவியக் குவிய அதன் ஈர்ப்பு சக்தி கூடியது. அதிக ஈர்ப்பு சக்தி வளர வளர அதன் உருவம் பெரிதாகத் துவங்கியது. குறிப்பிட்ட நிறை குவிந்ததும் அதன் சொந்த நிறையினால் அழுந்தி சுருங்கத் துவங்கியது. சுருங்கியபோது சுழன்றது. அழுத்தம் அதிகரிக்க அதிகரிக்க மையம் வெப்பமடைந்தது. அடர்த்தி கூடியது. காலப்போக்கில் மையத்தில் சூரியன் பிறந்தான்.

சூரிய முகிலின் மொத்த நிறையில் 98% சூரியனாகப் பரிணமித்தது. மிஞ்சிய பொருட்கள் மையத்தில் உருவான இளம் சூரியனைச் சுற்றிச் சுழன்று வந்தன. இங்கு மெல்ல மெல்ல மணல்துளிகள் ஒன்றுக்கு அருகில் ஒன்று வந்தன. இரண்டின் நிலை மின் கவர்ச்சியால் கவரப்பட்டு சிறு கற்கள் உருவாயின. இவ்வாறு மெல்ல மெல்லக் கற்கள் திரண்டு பாறைகள் உருவாயின. பாறைகள் திரண்டு பெரிதாயின. திரண்ட பாறைகள் அவ்வப்போது ஒன்றோடு ஒன்று மோதின. மோதிய வேகத்தில் எழுந்த வெப்பத்தில் பாறைத் துகள்கள் ஒன்றோடு ஒன்று உருகிப் பிணைந்தன. இவ்வாறு பாறைகள் திரண்டு பெரிய பெரிய வான் பொருட்கள் உருவாயின.

சுமார் 100 கி.மீ. குறுக்களவு உடைய கோள்கரு (Planetesimal) காலப்போக்கில் திரட்சியுற்றன. இக்கோள் கருக்களே காலப்போக்கில் பூமி முதற்கொண்டு எல்லாக் கோள்களாகவும் துணைக்கோள்களாகவும் உருவெடுத்தன. சிறுகக் கட்டி பெருக வாழ் என்ற பழமொழிக்கு ஒப்ப சிறு சிறு துளிகள் இணைந்துதான் கோள்கள் உருவாயின.

எல்லாக் கோள்களும் ஒரே சூரிய முகிலில் உருவானவை தான். சூரிய முகிலில் தூக்கலாக இருந்த தனிமம் ஹைடிரஜன் மற்றும் ஹீலியம் தாம். ஆனால் புவியிலோ, நிலவிலோ ஹீலியம் மற்றும் ஹைடிரஜன் வெகு சொற்ப அளவே உள்ளது. உருவில் பெரிய கோள்களான வியாழன் மற்றும் சனியில் ஹைடிரஜன் மிகுந்துள்ளது. ஒரே முகிலிலிருந்து பிறந்த கோள்கள், துணைக் கோள்கள், வான்பாறைகள், வால் நட்சத்திரங்கள் எல்லாம் ஏன் ஒன்றுபோலவே இல்லை. வெவ்வேறு விதமாக ஆளுக்கு ஒரு கோலமாக திசைக்கு ஒன்றாக அமைந்தது எப்படி?

ஒரே சூரிய முகிலில் தோன்றினாலும் ஒவ்வொன்றும் எப்படி உருவெடுத்தது என்பது அவற்றின் அளவைப் பொறுத்து அமைகின்றது. விண்ணில் ஒரு கல் உள்ளது எனக் கொள்வோம். அது என்னவாகும். அந்தக் கல் சடம் போல மாற்றம் எதுவுமின்றி இருக்கும். தற்செயலாக வேறு ஒரு கல் அல்லது பொருள் அதனை மோதிடும் வரையில் அது அப்படியே இருக்கும். எவ்வித மாற்றத்தையும் சந்திக்காது.

ஆனால் சுமார் 1000கி.மீ. விட்டமுடைய பிண்டம் முற்றிலும் வேறுவகையில் நடத்தை புரியும். தானாகவே சுயமாக பல மாறுதல்களை அடையும். எடுத்துக்காட்டாக எரிமலை நிகழ்வுகள் அந்தப் பிண்டத்தில் ஏற்படும். அந்தப் பிண்டத்தில் உள்ள பொருட்களின் சுய வெப்பமே எரிமலையாக உருவாகும். கற்கள், பாறைகளில் ஓரளவேனும் கதிரியக்கம் உள்ள தாதுப் பொருட்கள் இருக்கும். யுரேனியம், தோரியம், பொடாசியம் போன்ற கதிரியக்கப் பொருட்கள் கற்களில் ஓரளவேனும் விரவியிருக்கும். இப்பொருட்கள் இயல்பிலேயே கதிரியக்கத் தன்மை வாய்ந்தவை. எனவே கதிரியக்கச் சிதைவைச் சந்திக்கும். கதிரியக்கச் சிதைவு ஏற்படும்போது வெப்பம் உமிழும். முதலில் மிகச் சொற்பமாக இருந்தாலும் காலப்போக்கில் இவற்றின் கதிரியக்கம் காரணமாக வெப்பம் உருவாகும். வெப்பம் அடையும் இந்தப் பிண்டம் வெப்பத்தை வெளி உமிழ வேண்டும். வெப்பத்தை வெளி உமிழ

இப்பிண்டம் எரிமலை நிகழ்வுகளை ஏற்படுத்தும். காலப்போக்கில் உள்வெப்பம் தணியும். கதிரியக்கப் பொருட்கள் சிதைந்து சிதைந்து குறையும்போது அதிலிருந்து வெப்பம் வெளியேறுவது குறையும். பிண்டம் பின் உறைந்து திடப் பொருள் ஆகும்.

சிறு கற்களிலும் கதிரியக்கச் சிதைவு காரணமாக வெப்பம் உருவாகும்தான். ஆனால் அதன் அளவு மிகச் சொற்பமாக இருக்கும். அதனால் எரிமலை நிகழ்வுகள் உருவாகாது. மேலும் சிறு கற்களின் மேற்பரப்பு விகிதம் அதிகமாக உள்ளதால் வெப்பம் விரைவாக வெளியேறிவிடும். கல் மறுபடி குளிர்ந்துவிடும்.

சுமார் 5000 கி.மீ. விட்டம் உடைய பொருள் என்றால் அதன் போக்கே வித்தியாசமாக அமையும். 5000 கி.மீ. விட்டம் உடைய பொருளின் ஈர்ப்பு சக்தி மிகுந்து உள்ளதால் அதனால் அந்தப் பொருளைச் சுற்றி வாயுமண்டலத்தை நிலைநிறுத்த இயலும். இதிலும் எரிமலை நிகழ்வு ஏற்படும். பிண்டம் உருகும். அதன் உள் அடுக்கு சுருக்கு அமைப்பு ஏற்படும். அதைத் தவிர வாயு மண்டலமும் அமையும்.

460 கோடி வருடம் முன்பு விரவியிருந்த சூரிய முகிலிலிருந்து சூரியனும் கோள்களும் தோற்றம் கொண்டன.

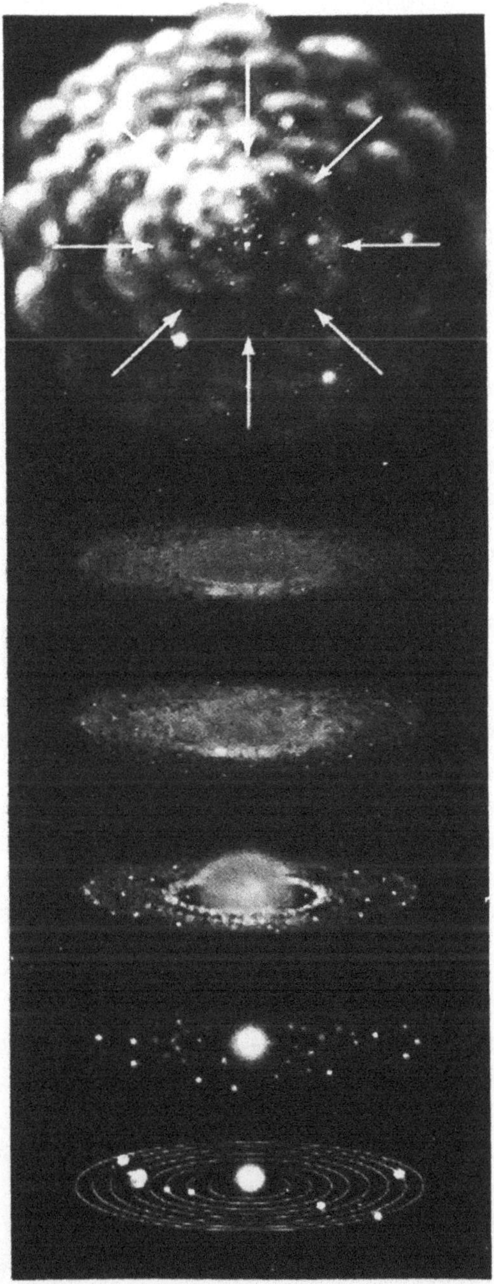

ஆதி சூரிய முகில் தன் சுய ஈர்ப்பு சக்தியால் சுருங்கியது. மையத்தில் சூரியன் கருக்கொண்டது. அதனைச் சுற்றி திரள் வட்டு உருவானது. திரள் வட்டில் உள்ள தூசு தும்புகள் நிலையின் கவர்ச்சியால் ஒன்று சேர்ந்தன. துகள்கள் பிணைவால் சிறுசிறு மணல், கல், பாறை என பலவகைப் பொருள்கள் உருவாயின. இவை ஒன்றோடு ஒன்று பிணைந்து கோள் கரு உருவானது. கோள் கருக்கள் ஒன்றோடு ஒன்று மோதி அதன் விளைவாகக் கோள்கள் உருவாயின. இடையே உள்ள துகள்கள் கவரப்பட்டன அல்லது தூக்கி அடிக்கப்பட்டன. கோள் கருக்கள் பிணைவால் மெல்ல மெல்லக் கோள்கள் உருவாயின. கோள்கள் முதிர்ச்சி பெற்றன. கோள் உருவான பகுதியில் எச்சங்கள் குறைவு.

சுமார் 1000 கி.மீ. விட்டமுடைய பொருளின் ஈர்ப்பு சக்தி குறைவாக இருப்பதால் அதனால் பொதுவாக வளிமண்டலத்தைத் தக்கவைக்க இயலாது. வலு குறைந்த ஈர்ப்பு சக்தியிலிருந்து அதன் வாயுப்பொருட்கள் கசிந்து விண்வெளியில் பரவிவிடும். ஆனால் 5000 கி.மீ. விட்டத்திற்கும் அதிக அளவுள்ள பிண்டத்தால் வளிமண்டலத்தைத் தக்கவைக்க இயலும்.

எனவே 1000 கி.மீ. மற்றும் 5000 கி.மீ. பிண்டத்தில் பல வேறுபாடுகள் காலப்போக்கில் ஏற்படும். 1000 கி.மீ. குறுக்களவு உள்ள பிண்டத்தில் ஹைடிரஜன் போன்ற இலேசான தனிமங்கள் எளிதில் விண்வெளியில் கசிந்து விடும். ஆவியாகக்கூடிய பொருட்கள் சூரியஒளி பட்டு திரவமாகிக் கசிந்துவிடும். 1000கி.மீ. விட்டமுடைய பிண்டத்தில் கடைசியில் வெறும் கல், மண்தான் மிஞ்சும். ஆனால் 5000 கி.மீ. விட்டமுடைய பிண்டத்தில் ஓரளவேனும் இலேசான தனிம வாயுக்கள் மிஞ்சும். ஆவியாகக்கூடிய பொருட்கள் தரைப்பரப்பின் அருகில் படிந்து காணப்படும்.

5000 கி.மீ. விட்டத்திற்கும் அதிக அளவுடைய பிண்டத்தின் வழி தனிவழி. அதன் உள் வெப்பம் வெகுவாக உயர்ந்து பலபொருட்களை உருக்கி விடும். உலோகங்களான இரும்பு, நிக்கல், தாதுக்கள் முதலியவை கூட உருகி விடும். இப்பிண்டம் முழுவதுமே உருகியநிலை அடைந்து திரவம் போல அமையும். எனவே, அடர்த்தி அதிகமான கன தனிமங்கள் உள்நோக்கி மூழ்கும். சிலிகேட் பாறைகள் அடர்த்தி குறைவானதால் குழம்பின் மேலே மிதக்கும். இதன் காரணமாக இந்தப் பிண்டத்தில் மையக் கரு, மேன்டல் மேல் அடுக்கு என அடுக்கு அமைப்பில் பொருட்கள் பரவுதல் வேறுபட்டு அமையும். எரிமலை, நிலநடுக்கம், புவித்தகடு சலனம் (Plate tectonics) என பல புவிஇயக்கங்கள் காணப்படும். வளிமண்டலம் வலுவாக அமையும் அடிப்பகுதியிலிருந்து நீர் கசிந்து தரைப்பரப்பில் கடல் எனப் படியும்.

சுமார் 3000 கி.மீ. குறுக்களவு கொண்ட நிலா 1000 கி.மீ. பிண்டம் போல எளிமையானதில்லை. அதேசமயம் 5000 கி.மீ. பிண்டத்தைப் போல சிக்கலானதும் இல்லை. இதில் ஓரளவு குறிப்பிடத் தகுந்த உள்வெப்பம் ஏற்படும். இப்பிண்டம் ஓரளவேனும் உருகிய நிலை அடையும். எனவே, சுமார் 3476 கி.மீ. குறுக்களவு கொண்ட நிலா சற்றே சலனித்திருக்கும்தான். அதன் உள் பொதிந்துள்ள சொற்ப அளவு கதிரியக்கப் பொருள்கள் வெப்பம் உமிழ்ந்து அதன் ஒரு பகுதியினையாவது உருக்கி இருக்கும். இவ்வாறு அதன் மேல்

ஓடு நடுஉறைப் பகுதி (mantle) முதலியவை உருவாகியிருக்கும் என விஞ்ஞானிகள் கருதுகிறார்கள்.

வியாழன் கோள் போல சுமார் 13 மடங்கு அதிக நிறை உடைய பொருள் எனில் அது சிறு விண்மீனாக மாறும். இவ்வளவு பெரிய உருக்கொண்ட பொருளில் மையக் கரு மிகு அடர்த்தி அடைந்து வெப்பம் மிகுந்து அணுக்கரு பிணைவு உருவாகும். ஆற்றல் உற்பத்தியாகும். விண்மீனாக ஒளிரும்.

சூரியனைவிட சுமார் 2 மடங்கு அதிக நிறை உடைய பொருள் எனில் அதுவும் பூதாகரமான விண்மீனாக உருப்பெறும். பின்னர் வெடிப்பு ஏற்பட்டு கருந்துளை(Black hole) என்று கூட மாறும்.

வான்பொருள்களில் ஏற்படும் மாற்றம் அதன் அளவைப் பொறுத்து அமைகிறது எனக் காணலாம். அது எதனால் ஆக்கப்பட்டிருக்கிறது என்பதல்ல முக்கியம். பெரும்பாலும் வான்பொருட்கள் அனைத்தும் துவக்கத்தில் ஹைடிரஜன் ஹீலியம் மிகுந்துள்ள முகிலிலிருந்துதான் பிறப்பு எடுப்பவை. எனவே, துவக்க நிலையில் அவ்வளவு வேறுபாடு இல்லை. அதன் அளவு அதன் எதிர்காலத்தைச் சுட்டிக்காட்டும். எனவேதான் ஒரே சூரியமுகிலில் உருவான சூரியன். எட்டு கோள்கள் மற்றும் சூரியக் குடும்பத்தின் வெவ்வேறு பொருட்கள் திசைக்கு ஒன்றாக பல வேறுபாடுகளுடன் காணப்படுகின்றன. திட தரைப்பரப்பு கொண்ட (நிலப் பரப்பு கொண்ட) புதன், வெள்ளி, பூமி, செவ்வாய், வாயுப் பந்தான சனி, வியாழன், குளிர்வாயுக்கள் மிகுந்த யுரேனஸ், நெப்டியூன் எனப் பல வடிவில் இவை காணப்படுகின்றன. எல்லாம் ஒரே வயலில் விளைந்த பயிர்கள்தாம். ஆனால் ஒவ்வொன்றும் ஒவ்வொரு விதமாக அமைவதற்குக் காரணம் அதன் அளவுதான்.

14

என் இனிய பொன் நிலாவே...

நிலவு பிறந்தது எப்படி? எப்போது? எங்கே? இதுவரை முழுமையான விடை இல்லாப் புதிர். சுமார் 460 கோடி வருடங்களின் முன்பு நமது சூரியக் குடும்பம் தோன்றியது என ஆய்வுகள் தெரிவிக்கின்றன. இதுவரை கிடைத்ததில் மிகவும் தொன்மையான விண்கல் சுமார் 460 கோடி வருடம் தொன்மையானது. இதிலிருந்து சுமார் 460 கோடி வருடத்திற்கு முன்பே சூரியக் குடும்பம் உருவாகத் துவங்கி விட்டது என்று அனுமானிக்கலாம். பூமி மற்றும் ஏனைய கோள்கள் பிறந்தது போலவே பல கோடி ஆண்டுகள் முன்பு இருந்த சூரிய முகிலிலிருந்து நிலவும் உருவெடுத்தது.

சூரியனைப் போல 1.2 மடங்கு நிறைகொண்ட பெரிய முகில் சுருங்கி, அடர்த்தி மிகுந்து சூரியன் மற்றும் ஏனைய கோள்களாகப் பரிணமித்தது. சூரிய முகிலின் மையத்தில் பெரும்பங்கு பொருள் திரட்சி பெற்று சூரியனாக மலர்ந்தது. ஏனைய பொருட்கள் சூரியனைச் சுற்றி வருகையில் மெல்ல மெல்லத் திரட்சி பெறத் துவங்கின. சிறுசிறு மணல்துளிகளாக மாறிப் பின்னர் இவை பிணைந்து சிறுசிறு கற்கள், பெரிய பெரிய கற்கள் என உருமாற்றம் பெற்றன. சுமார் 456 கோடி ஆண்டுகளின் முன்பு முதல் மணல் துகள்கள், சிறு சிறுகற்கள் உருவாகத் துவங்கின. இதை சூரியக் குடும்பத்தின் துவக்கமாகக் கருதலாம்.

அதன்பின் சுமார் 10 லட்சம் ஆண்டுகளில் மெல்ல கற்கள் திரட்சி பெற்று 100 முதல் 1000 கிலோ மீட்டர் விட்டம் உடைய கோள் கருக்களாக (Planetesimals) உருமாறின. இந்தக் கோள் கருக்கள் ஒன்றோடு ஒன்று தமக்குள் மோதின. மோதலில் பெரும் வெப்பம் உருவாகியது. வெப்பத்தில் இரண்டும் உருகி ஒன்றாயின. இவ்வாறு கோள் கருக்கள் ஒன்றோடு ஒன்று பிணைந்து சிறுகோள்கள் உருவாயின. செவ்வாயினை ஒத்த அதாவது புவியின் நிறையில் பத்தில் ஒரு பங்கு நிறைகொண்ட கோள்கள் உருவாயின.

சிறு கோள்கள் பிணைந்து காலப்போக்கில் கோள்கள் உருவாயின. கோள்கள் உருவான பின்னரும் பல பொருட்கள் எச்சம் மிஞ்சின. சில சிறு கோள்கள், கோள் கருக்கள், பற்பல பாறைகள், சிறு கற்கள், துகள்கள் என எஞ்சிய பொருட்கள் சூரியக் குடும்பம் முழுவதும் பரவி விரவிக் கிடந்தன. இன்று சூரிய குடும்பத்தில் 8 கோள்களும், குறுங்கோள் பலவும், விண்பாறைத் தொகுதியான அஸ்டிராய்டு பகுதி முதலியன சற்றேறக்குறைய ஒரே சமதளத்தில் சுற்றி வருகின்றன. ஆனால், முன்பு துவக்கத்தில் எஞ்சிய பொருட்கள் தாறுமாறாகப் பாதை கொண்டு சுற்றிச் சுழன்று வந்தன. காலப்போக்கில் பாதை தவறிய பொருட்கள் தம்மை இழந்தன. சூரிய வீதியின் சமதளத்தில் எஞ்சியவை பிழைத்தன.

இன்று, இந்த எஞ்சிய பொருட்கள், குறுங்கோள்கள் (asteroids) எனவும், கோள்களின் வளையங்களாகவும், புளூட்டோ போன்று குய்பர் வளைய வான் பொருட்களாகவும், நீள்கால வால் நட்சத்திரங்கள் என ஊர்த் மண்டலத்திலும் ஒதுங்கி உள்ளன.

எஞ்சிய பொருட்கள் சில அவ்வப்போது தடம் மாறும். பாதை மாறிய இவை வேறு கோள்களில் மோதும். சமீபத்தில் 1992ஆம் ஆண்டு வியாழன் கோள் மீது ஷூ மேக்கர் லெவி எனும் வால் நட்சத்திரம் மோதியது. சிலசமயம் வேறு கோள்களின் ஈர்ப்பு சக்தியால் கவரப்பட்டு அதன் துணைக் கோளாக மாறி சுழலத் துவங்கும். செவ்வாயின் இரண்டு துணைக் கோள்கள், இவ்வாறு கவரப்பட்டவை என கருதப்படுகி வியாமன் மற்றும் சனி கோள்களுக்குப் பற்பல துணைக் கோள்கள் உள்ளன. இவற்றில் சில இவ்வாறு கவரப்பட்டவை என அறிஞர்கள் கூறுகின்றனர். நெய்ரிட் எனப்படும் நெப்டியூனின் துணைக்கோள் நிச்சயமாகக் கவரப்பட்ட பொருள்தான் என அறிவியல் அறிஞர்கள் கருத்து தெரிவிக்கின்றனர்.

தடம் மாறிப் பாயும் சிறுகல், பாறை, பெரும்பாறை, சிறுகோள் முதலியவை எளிதில் கோளினால் கவரப்பட முடியாது. பெரும்பாலும் மோதல்தான் ஏற்படும். வெகுவெகு அரிதான சூழலில்தான் கவர்தல் நிகழ்வு நடைபெறும். சரியான திசையில் சரியான வேகத்தில் பாயும் பொருள்கள்தான் கவரப்பட முடியும். எவ்வளவு அரிது எனினும் அவ்வப்போது இந்த நிகழ்வு எதிர்பார்க்கக் கூடியதுதான்.

நமது நிலவும் இவ்வாறு கவரப்பட்ட கோள்தானா? எங்கோ பிறந்து தடம் மாறி புவிக்கு அருகே வந்து புவியால் கவரப்பட்ட வான்பொருளோ நிலவு?

எல்லாத் துணைக்கோள்களும் கவரப்பட்ட பொருள்கள் அல்ல. சூரியமுகிலில் கோள்கள் திரட்சி பெற்றதுபோல, கோள் களைச் சுற்றி பற்பல துணைக்கோள்கள் திரட்சி பெற்றுள்ளன. இணைத் தோற்றம் (Coaccretion) எனப்படும் இந்தச் செயலில் கோள்கள் திரட்சி பெறும் அதேசமயம் துணைக்கோள்களும் திரட்சிபெறும்.

கோளின் ஈர்ப்புசக்தி மற்றும் சூரியனின் ஈர்ப்புசக்தி இரண்டும் சமநிலை அடையும் கவர்ச்சிப் புள்ளிகள் எல்லாக் கோள்களையும் சுற்றி உண்டு. லக்ராஞ்சே எனப்படும் இயற்பியல் அறிஞர் பெயரில் அமைந்த இந்தப் புள்ளிகளில் வந்துசேரும்

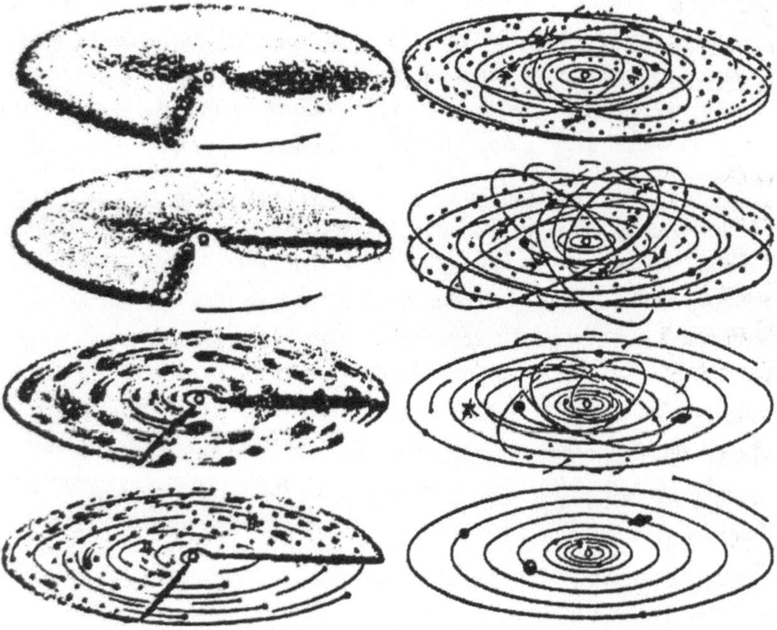

திரள்வட்டில் தோற்றம் கொண்ட வான் பொருட்கள் ஒரே சமதளத்தில் சூரியனைச் சுற்றி வரவில்லை. துவக்கத்தில் இவற்றின் பாதை எக்குத்தப்பாகத்தான் இருந்தது. காலப்போக்கில் தடம் மாறிப் பாய்ந்த விண்கற்கள் ஒன்றோடு ஒன்று மோதின. இதன் காரணமாக சூரியக் குடும்ப வரலாற்றில் ஒரு கட்டத்தில் வெறும் விண்பாறை மழை பொழிந்தவண்ணம் இருந்தது. பாதை மாறியன பொருட்கள் காலப்போக்கில் மோதி மறைந்தன. கோள்களும் ஒரு சில எச்சங்களும் மிஞ்சின. கோள்கள் ஒரே சமதள பாதையில் சுற்றுபவையாக அமைந்தது. எச்சங்கள் சூரியக் குடும்பத்தின் விளிம்பில் ஒதுங்கின.

பொருள்கள் கோள்களைச் சுற்றத் துவங்கிவிடும். ஒவ்வொரு கோளினை சுற்றியும் இதுபோல ஐந்து புள்ளிகள் - *L1, L2, L3, L4, L5* என அமையும். குறிப்பாக *L4, L5* ஆகிய புள்ளிகள் நிலைத்தன்மை வாய்ந்தவை. இந்தப் புள்ளிகளில் குவியும் தூசு தும்புகள் திரட்சிபெற்று காலப்போக்கில் துணைக்கோள் என உருமாற்றம் பெறும்.

நமது நிலவு இதுபோல புவியோடு பிறந்த வான்பொருளா? புவியோடு நிலவும் உடன் திரட்சிபெற்ற பொருளா?

புவிக்கு நிலவு என்ன உறவு என்பதை நவீன அறிவியல் ஆராயப் புகுந்துள்ளது. நவீன இயற்பியலிடம் இதற்கான வலுவான கருவி ஒன்று உள்ளது. அதுதான் ஐசோடோப்பு பகுப்பு ஆய்வு. ஆக்ஸிஜன் தனிமம் பொதுவாக ஆக்ஸிஜன் 16 என்ற தனிமமாக இருக்கும். எனினும் சொற்ப அளவில் ஆக்ஸிஜன் 18-உம் மற்றும் அதைவிட மிகமிகச் சொற்ப அளவில் ஆக்ஸிஜன் 17-உம் இருக்கும். ஆக்ஸிஜன் 18 மற்றும் ஆக்ஸிஜன் 17 முதலியவை ஆக்ஸிஜனின் ஐசோடோப்புகள் ஆகும். சூரிய முகில் திரண்டு குவிந்து சூரியன் மற்றும் வான்பொருட்கள் உருவாயின. சூரியனை அடுத்து உள்ள பகுதிகளில் கனம் கூடுதலான ஆக்ஸிஜன் 18 அளவு விகிதம் சற்றே தூக்கலாக இருக்கும். கனம் குறைவான ஆக்ஸிஜன் 16 அளவு விகிதம் குறைவாக இருக்கும். சூரியனின் மையத்திற்கு அப்பால் செல்லச் செல்ல ஆக்ஸிஜன் 16, 17 ஆகிய கனம் குறைவான ஐசோடோப்பு செறிவு அதிகரிக்கும். ஆக்ஸிஜன் 18 செறிவு வெகுவாகக் குறையும். முறத்தில் புடைக்கும்போது கனம் அதிகமான அரிசி அருகிலும், கனம் குறைவான பதர் தொலைவிற்கும் பறந்து செல்வது போல, சுழன்று சுழன்று சூரியக் குடும்பம் உருவானபோது, கன ஐசோடோப்புகள் அருகிலும், இலேசு ஐசோடோப்புகள் விளிம்பிலும் குவியும். எனவே ஆக்ஸிஜன் 16, 17, 18 ஆகிய ஐசோடோப்புகளின் ஒப்பீட்டு செரிமான விகிதத்தை வைத்து அந்த வான்பொருள் சூரிய முகிலின் மையத்துக்கு அருகில் உருவானதா, தொலைவில் உருவானதா, விளிம்பில் உருவானதா என அறிந்துகொள்ளலாம்.

நிலவு கவரப்பட்ட வான்பொருள் என்றால் அதன் ஆக்ஸிஜன் ஐசோடோப்பு விகிதம் புவியிடமிருந்து வெகுவாக வேறுபட்டு அமைய வேண்டும். சூரிய முகிலில் எங்கு தோன்றியதோ அதற்கு ஏற்ப அதன் ஆக்ஸிஜன் ஐசோடோப்பு விகிதம் அமைய வேண்டும். ஆனால் புவி மற்றும் நிலவின் ஆக்ஸிஜன் ஐசோடோப்பு விகிதம் சற்றேறக் குறைய ஒன்றுபோல உள்ளது என ஆய்வுகள்

உறுதிப்படுத்தி உள்ளன. எனவே நிலவு எங்கோ பிறந்து புவியிடம் வாழ்க்கைப்பட்ட துணைக்கோள் அல்ல என்பது உறுதிப்பட்டுள்ளது.

ஆக்ஸிஜன் ஐசோடோப்பு போல சிலிகான், இரும்பு, குரோமியம் முதலிய ஐசோடோப்பு விகிதங்களும் எங்கே பிறந்த வான்பொருள் என்பதைச் சுட்டிக்காட்டும். சூரியனுக்கு அருகில் உருவானது என்றால் கன ஐசோடோப்பு அதிகமாகவும், குறைநிறை ஐசோடோப்பு குறைவாகவும் காணப்படும். சூரியனுக்குத் தொலைவில் தோற்றம் கொண்டது என்றால் கன ஐசோடோப்பு விகிதம் குறைவாகவும், குறைநிறை ஐசோடோப்பு தூக்கலாகவும் அமையும்.

பல தனிம ஐசோடோப்பு ஆய்வுகளும் புவியும் நிலவும் சற்றேறக்குறைய ஒரே பகுதியில் பிறந்த வான்பொருட்கள் என்பதை உறுதிப்படுத்தியுள்ளன. சூரியக் குடும்பத்தின் தொலைவுப் பகுதியில் நிலவு உருவாகியிருந்தால் அதன் வேதித் தன்மை மற்றும் தனிமப் பரவல் வேறுவிதமாக அமைந்திருக்க வேண்டும். புவியின் நடுஉறைபாறைப் பகுதி ஒத்த தன்மை இருக்கக் கூடாது. எனவே எங்கோ பிறந்து தடம் மாறி புவியின் கவர்ச்சியில் பட்டு விட்டதல்ல நிலவு என்பது தெளிவு.

நிலவின் வித்தியாசமான சாய்வுக் கோணத்தை விளக்க முற்பட்டால் தனிமப் பரவல் பொருந்தவில்லை. புவியின் மகவு நிலவு எனில் நிலவு மற்றும் புவியில் ஒரே தன்மையாக தனிமங்கள் பரவிக் கிடக்க வேண்டும். எடுத்துக்காட்டாக ஒரு இட்டலியைப் பிய்த்து இரண்டாக மாறியது என்றால், இரண்டு துகளிலும் ஒரே அளவில் அரிசி, உளுந்து பொருட்கள் முதலியவை காணக் கிடைக்க வேண்டும் அல்லவா? புவியில் இரும்பு மிகுந்த மையக் கரு உள்ளது. எனவே புவியின் அடர்த்தி

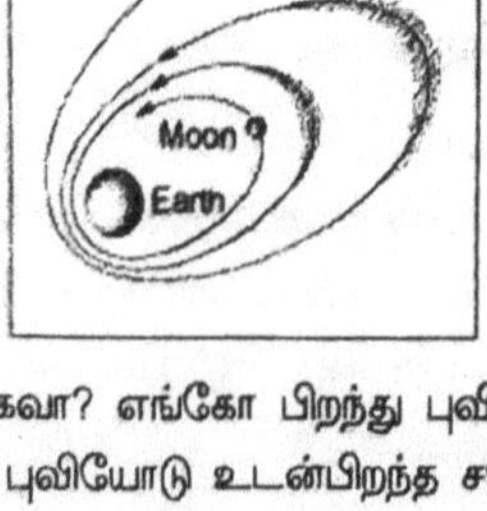

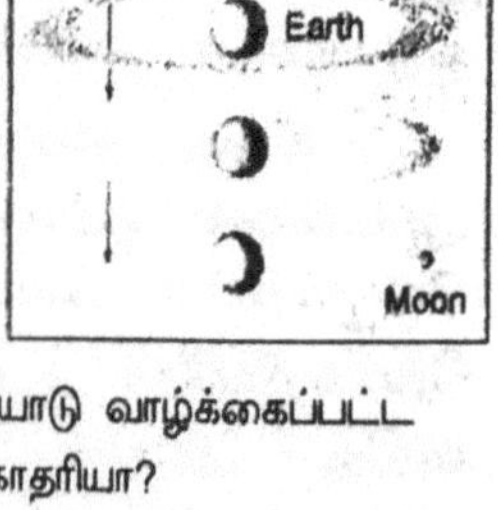

புவியிலிருந்து பிறந்த மகவா? எங்கோ பிறந்து புவியோடு வாழ்க்கைப்பட்ட காதலனா? புவியோடு உடன்பிறந்த சகோதரியா?

கூடுதல். நிலவில் தனிமப் பரவல் வேறுபட்டு உள்ளது அதன் அடர்த்தி குறைவு. ஆகவே இரண்டும் ஒன்றிலிருந்து உடைபட்ட பிண்டங்கள் என எளிதில் கருத முடியாது.

இதனை மறுகடக்க எ.இ. ரிங்உட் என்பார் புதிய கருதுகோளை வெளியிட்டார். புவி தனது வளர்ச்சிப் பாதையில் தனது மையக்கருவை உருவாக்கிவிட்டது. அதாவது இரும்பு, நிக்கல் போன்ற அடர்த்தி உலோகப் பொருட்கள் பெரும் அளவு புவியின் மையத்தில் குவிந்துவிட்டன. சிலிக்கா பொருட்கள் புவியின் மேற்பகுதியில் அமைந்தன. அதாவது உருளைக்கிழங்கு போண்டா போல, உள்பகுதியில் எல்லாம் உருளைக்கிழங்கு. மேல்பகுதியில் கடலைமாவு.

இன்று பூமி 24 மணிக்கு ஒரு தடவை தன்னைத்தானே சுழல்கிறது. ஆனால், புவியின் இளமைக்காலத்தில் அப்படி இருக்கவில்லை. இளம் வயதில் ஆட்டமாக ஆடி சுற்றிச் சுழன்றது பூமி. சுமார் 4 மணி நேரத்திற்குள்ளாகவே ஒரு தடவை சுற்றி வந்தது. பேய்ச் சுற்று. ஆனந்த தாண்டவம். வெகுவேகமாகச் சுழன்றதன் காரணமாக இதன் வெப்பம் 2000 டிகிரியாக உயர்ந்தது. 100 டிகிரி வெப்ப நிலையில் நீர் ஆவியாகிவிடும். 2000 டிகிரி என்பது பெரும் வெப்பம். இதன் வெப்பத்தில் ஆவியாகும் பொருட்கள் உடைந்து வெளிப்பட்டது. கொதிக்கும் கலனிலிருந்து ஆவி பறப்பது போல, கொதிக்கும் புவியிலிருந்து ஆவிப் பொருட்கள் வெளியேறின. இந்த ஆவிப்பொருட்களில் சிலிகா மிகுந்திருந்தது. இந்தப் பொருட்களில் இரும்பு முதலியன குறைவு. இவ்வாறு புவியிலிருந்து வெளியேறிய பொருட்கள் குளிர்ந்து நிலவு உருவாகியதால் அதன் பொருள் பரவல் புவியின் இடைஅடுக்கு போல் உள்ளது என்றார் எ.இ.ரிங்உட். அதாவது புவி உருளைக்கிழங்கு போண்டா என்றால் நிலவு கடலைமாவு.

புவி - நிலவின் தனிமப் பொருள் பரவல் வித்தியாசத்தை இது விளக்கினாலும் ஏன் நிலவின் சுற்றுப்பாதை சுமார் 5.6 டிகிரி சாய்வாக அமைந்தது என்பதை இதனால் விளக்க முடியவில்லை. புவி உமிழும் பொருள் புவிச் சுற்றுப்பாதையில் தான் சுற்ற வேண்டும். எனவே, இவை குளிர்ந்து நிலவு உருவாகியிருந்தால் புவிப்பாதையில் நேராகத்தான் நிலவு சுழல வேண்டும். சாய்வான பாதை சாத்தியமில்லை.

நிலவின் அளவை வைத்துப் பார்க்கும் போது அது சுயமாக வெப்பமுற்று இளகி அடுக்குஅடுக்காக அமைந்திருக்க முடியாது.

புவியில் ஆதிகாலத்தில் கதிரியக்க வெப்பத்தால் பொருட்கள் உருகி உலோகப் பொருட்கள் அடியில் விழுந்து மையக்கரு உருவாகியது. மேலே அடுக்கடுக்காக அடர்த்தி குறைவான பொருட்கள் படிந்தன. அடர்த்தி குறைவான பாறைப் பொருட்கள் குளிர்ந்து புவியின் மேல்ஓடு உருவாகியது.

புவியுடன் நிலவும் தோற்றம் கொண்டிருந்தால் நிலவில் கருமையம், நடுஉறைப் பகுதி மேல்ஓடு என்ற அமைப்பு உருவாகியிருக்காது. முதன்முறை திரட்சி பெற்ற கோள் அவ்வாறே குளிர்ந்து நிலவாக உருமாறியிருக்க வேண்டும். மேல் ஓடு முதலிய எவ்வித அடுக்கு அமைப்புமின்றி சமமாக இருக்க வேண்டும்.

1966-67களில் நிலவை நோக்கிச் சென்ற சோவியத் விண்கலங்கள் நிலவின் மேற்புற அமைப்பை ஆராய்ந்தன. நிலவின் தரைப்பரப்பு ஒருகாலத்தில் உருவாகி பின்னர் கலைந்து இளகி உருகி மறுபடி திரட்சி பெற்ற இரண்டாம் நிலை தரைப்பரப்பு என்பது புலனாகியது. நிலவின் வேதித்தன்மையை ஆராய்ந்தபோது அதன் தன்மை புவியின் இடைஅடுக்கு போன்று உள்ளது புலப்பட்டது. தொடர்ந்து 1969-73ல் நிலவில் தரையிறங்கிய அமெரிக்க மற்றும் சோவியத் கலங்களின் ஆய்வும் இதையே உறுதிப்படுத்தின. விண்கலங்கள் புவிக்குத் திருப்பி எடுத்து வந்த கல், பாறை, மண் மாதிரிகள் ஆய்வில் இவை இரண்டாம் தடவையாகக் குளிர்ந்து உறைந்தவை என்பதைச் சுட்டிக்காட்டின. கோள் தோன்றியபோதே உருவான பரப்பு அல்ல என்பதும் விளங்கியுள்ளது. பூமியின் இன்றைய தரைப்பரப்பும் இரண்டாம் தலைமுறைதான். முதலில் தோன்றிய புவி வெப்பமுற்று இளகி அடுக்கடுக்கு அமைப்பு ஏற்பட்டு உருவான மேல் ஓடுதான். சுமார் 3000 கி.மீ. குறுக்களவு உள்ள நிலவு தானாகவே இரண்டாம் தலைமுறை தரைப்பரப்பை உருவாக்கியிருக்க முடியாது. எனவே புவியும் நிலவும் உடன் பிறந்த கோள்பிண்டங்களாக இருக்க முடியாது என்பது விளங்கியது. எப்படி வந்தது நிலா?

15

அன்று வந்ததும் அதே நிலா

எங்கோ பிறந்து புவியின் கவர்ச்சியில் பட்டுவிட்ட பொருள் நிலவு என்றால் இரண்டின் ஆக்ஸிஜன் ஐசோடோப்பு விகிதம் வெகுவாக வேறுபட வேண்டும். இரண்டும் ஒரே இடத்தில் இணைத்தோற்றம் கொண்டவை என்றால் இரண்டிலும் சற்றேறக்குறைய ஒரே மாதிரி தனிமப் பரவல் இருக்க வேண்டும். மேலும் நிலவின் மேல் ஓடு இரண்டாம் தடவையாக உறைந்த பாறையாக இருக்க முடியாது. புவியிலிருந்து பிளந்து நிலவு உருவாகியிருந்தால் இரண்டின் பாதையும் ஒன்றுபோல இருக்க வேண்டும். மூன்றிலும் பிரச்சனை.

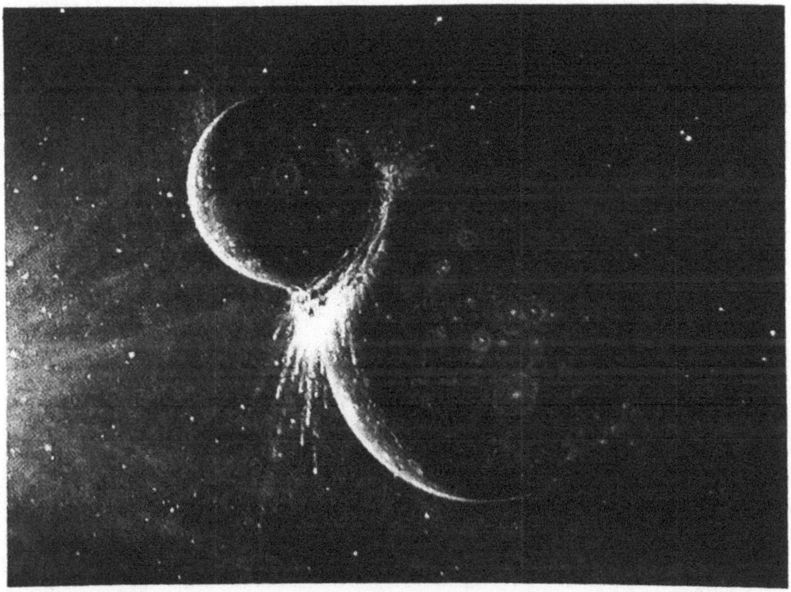

தற்பொழுதுள்ள ஆதாரங்களின் அடிப்படையில் செவ்வாய் ஒத்த கோள் கரு புவியோடு மோதியது. இதன் விளைவாக நிலவு பிறந்தது.

இச்சூழலில்தான் ஹார்ட்மன் என்பவர் புதிய கருதுகோளை வெளியிட்டார். செவ்வாய் கிரகத்தை ஒத்த நிறையுடைய வான் பொருள் பூமியில் மோதியது. மோதியதன் விளைவாக எழுந்த பொருட்கள் திரண்டு நிலவு உருவாகியது என்பதே அது.

புவியின் இளமைக் காலத்தில் இம்மோதல் நிகழ்வு நடந்தது. மோதல் நிகழ்வு நடப்பதற்கு முன்பே புவி சற்றே பரிணாமம் அடைந்திருந்தது. புவியின் சுய உள்வெப்பத்தால் பொருட்கள் உருகின. உருகிய நிலையில் கன தனிமங்கள் இரும்பு நிக்கல் முதலியன மையம் நோக்கிக் குவிந்தன. மேலே சிலிகான் போன்ற தனிமங்கள் சேர்ந்தன. தனது சுய உள்வெப்பத்தின் காரணமாக புவி அடுக்கடுக்காகப் பரிணாமம் பெற்றிருந்தது. இவ்வாறு அடுக்கடுக்கு அமைப்புப் பெற்ற இளமைப் புவியில்தான் மோதல் ஏற்பட்டது. மோதிய வேகத்தில் கோள் கருவின் நடு உறைபகுதி தூள் தூளாகி விண்ணில் தெறித்தது. ஆனால் அதன் உள் மையப்பகுதி புவியுடன் பிணைந்துவிட்டது. மோதலின் வேகத்தில் எழுந்த வெப்பத்தின் காரணமாக உள்கரு புவியுடன் பிணைந்துவிட்டது.

மோதிய கோள் கருவின் மேல் பகுதி மற்றும் புவியின் மேல் பகுதிதான் மோதலில் தூக்கி அடிக்கப்பட்ட பொருட்கள். இவை புவியைச் சுற்றி வந்தன. இவை காலப்போக்கில் திரண்டு திரட்சிபெற்று நிலவாக உருவாகியது. மோதலுக்குச் சற்றேறக்குறைய ஓரிரண்டு வாரத்தில் நிலவு உருவாகி விட்டது. சுமார் ஒரு மாதத்தில் நிலவு பரிணமித்துவிட்டது.

மோதிய கோள் கரு வந்து பாய்ந்த கோணத்திற்கு ஏற்ப, புதிதாய்ப் பிறந்த நிலவின் அச்சு சாய்வு அமைந்தது.

புவியில் மோதல் ஏற்பட்டால் அதன் தடயம் இருக்க வேண்டுமே? மோதல் ஏற்பட்ட காயம் எங்கே? புவி அதன் இளமைப் பருவத்தில் இருந்ததால் அது சற்றே திரவ நிலையில் ருந்தது. எனவே சட்டென்று அதன் உடைந்த பகுதி சமன்பட்டு மறுபடி கோளநிலையை எட்டியது. இதுவே ஹார்ட்மன் கூறிய கருதுகோள்; காயம் ஆறிச் சுவடே இன்றி மறைந்தது.

புவியும் கோள் கருவும் மோதியிருந்தால் அந்த மோதலின்போது சுமார் 5000 டிகிரி பாகை வெப்பநிலை உருவாகும். 600 முதல் 700 பார் அழுத்தம் (அதாவது புவியின் ற்றழுத்தத்தை போல 600-700 மடங்கு அதிக அழுத்தம்) உருவாகும். இந்த உயர் வெப்பமிகு அழுத்த நிலையில் ஆவியாகும் பொருட்கள் ஆவியாகிப்

பறந்தோடிப் போகும். இவ்வாறுதான் தூக்கி அடிக்கப்பட்ட பொருளில் ஆவியாகும் பொருள் எதுவும் இருக்கவில்லை. எனவே புதிதாய்ப் பிறந்த நிலவு ஆவி அற்ற பொருளாக ஈரப்பசை இன்றி அமைந்தது என விளக்கினார்.

நிலவின் அச்சுசாய்வு, எளிதில் ஆவியாகும் வேதிப் பொருட்கள் அறவே நிலவில் இன்மை, புவி நிலவுக்கிடையில் நடுஉறைப் பகுதியின் ஐசோடோப்பு மற்றும் வேதிப்பொருள் ஒற்றுமை, நிலவின் குறைஅடர்த்தி முதலியவற்றை இந்தக் கருதுகோள் ஒருசேர விளக்கியது.

கணினி வழியில் இத்தகைய நிகழ்வு குறித்து ஆராய்ந் துள்ளனர். கணினி மாதிரியும் இக்கருதுகோளை உறுதி செய்கின்றன. எனினும் பல கேள்விகள் மிச்சமிருக்கின்றன. எங்கோ பிறந்த கோள்கரு எனில் அதன் ஐசோடோப்பு விகிதம், புவியிடமிருந்து வேறுபட்டு அமைய வேண்டும். எனவே

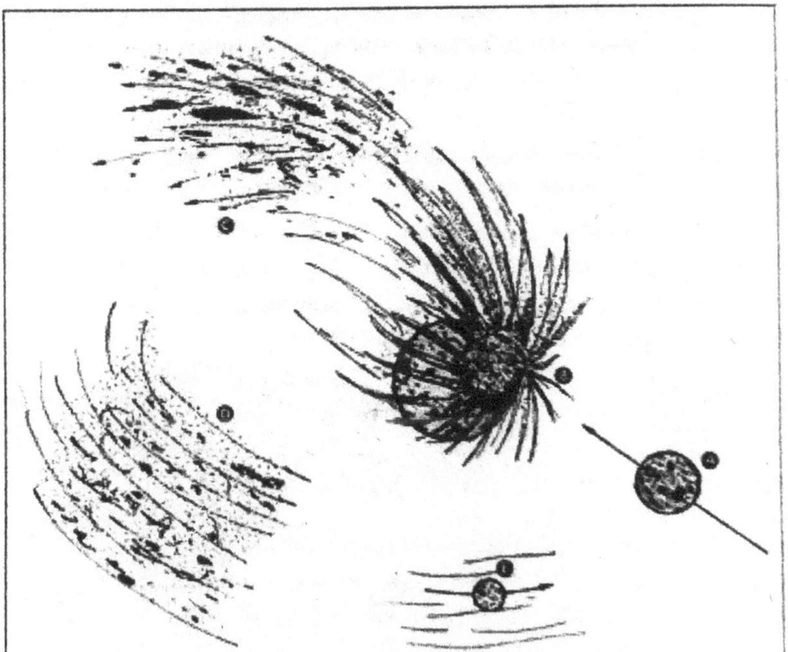

மோதலில் பட்டுத் தெறித்த பொருட்கள் திரண்டு
நிலவு உருவானது என இன்று கருதப்படுகிறது.

சற்றேனும் நிலவின் ஐசோடோப்பு விகிதம் மாறுபட்டு அமைய வேண்டும். ஆனால், அவ்வளவு வேறுபாடு புலப்படவில்லை. இவ்வாறு பல புதிர்களுக்கு முழுமையான விடை இல்லை. உள்ளபடியே நிலவுக்கு உள்ளே உள்ள பொருள்கள் குறித்து யூகம்தான் உள்ளதே தவிர உறுதிச் சான்றுகள் இல்லை. சந்திரயான் ஆய்வுகள் இவற்றை வெளிச்சமிடும் என்று எதிர்பார்க்கிறார்கள். ஜப்பானின் லூனார்-4 மற்றும் ரஷ்யாவின் லூனா குளோப் கோள்கள் நிலவின் உள் அமைப்பை ஆராயும். இவற்றின் பலனை எதிர்நோக்கிக் காத்திருக்கிறார்கள் விஞ்ஞானிகள்.

நிலவின் பிறப்பு குறித்த கருதுகோள் எதுவாயினும் குறைந்தபட்சம் கீழ்க்கண்டவற்றை விளக்க வேண்டும் என்பது மட்டும் தெளிவு.

1. நிலவு - பூமி ஆகியவற்றின் சாய்வு ஏன் வேறுபட்டு அமைகிறது என்பதை விளக்க வேண்டும். பூமியின் அச்சுசாய்வு, அதன் சுற்றுப்பாதை, நிலவின் அச்சுசாய்வு அதன் சுற்றுப்பாதை சாய்வு அவற்றின் சுழலும் வேக வித்தியாசம் எல்லாவற்றையும் விளக்கி அமைய வேண்டும்.

2. புவியின் உயர் அடர்த்தி நிலவின் குறை அடர்த்தி வேறுபாடு ஏன்?

3. பூமியின் நடுஉறை பகுதி போன்றே நிலவும் அமைந்துள்ள மர்மம்

4. நிலவு மற்றும் புவியில் உள்ள ஐசோடோப்பு விகிதம் ஒன்றுபோல இருப்பது.

மேற்கூறிய தரவுகளை விளக்கும் கருதுகோளே ஏற்புடையது ஆகும். இன்று உள்ள தரவுகளின் அடிப்படையில் மோதல் நிகழ்வுவழி நிலவு உருவானது; பூமியின் துணைக் கோளானது என்பதே பலரும் ஏற்கும் கருதுகோள்.

16

நிலவுக்குப் போவோம்

ஆகாய வீதியில் வெள்ளித்தட்டுப் போல் ஒளிர்ந்து காட்சி தரும் நிலவு காதலை மட்டுமல்ல, கற்பனையையும் தூண்டி விட வல்லது. சீன நாட்டுப்புறக் கதையின் நாயகன் நாற்காலியில் ராக்கெட் கட்டி நிலவு நோக்கிப் பயணம் போகிறார். கி.மு. இரண்டாம் நூற்றாண்டைச் சார்ந்த கிரேக்க எழுத்தாளர் ஓசியான் என்பாரும், கடலில் மிதக்கும் கப்பல் நீர்ச்சுழியில் சிக்கி தூக்கி அடிக்கப்பட்டு நிலவுக்குச் செல்லும் கற்பனையை அறிவியல் புதினத்தில் படைத்துள்ளார். வானவியல் நிபுணர் கெப்ளர் தனது சோம்னியம் (*Somnium*) எனும் அறிவியல் புதினத்தில், தனது நாயகன் சாத்தானின் சதியால் நிலவுக்குக் கடத்தப்படுவதாகக் கற்பனை செய்தார். 1638ல் பிரான்சிஸ் கோட்வின் என்பார் பறவைகள் இழுத்துச் செல்லும் கட்டுமரம் ஏறி தனது கதை நாயகன் நிலவுக்குப் பயணம் போவதாகக் கற்பனை செய்தார்.

1865ல் ஜுல்ஸ்வெர்ன் எழுதிய ‘புவியிலிருந்து நிலவுக்கு’ என்ற புதினம் அனைவரையும் தட்டி எழுப்பிக் கனவு காண வைத்தது. 20ஆம் நூற்றாண்டின் ராக்கெட் துறை நாயகர்கள் அனைவரும் இந்தப் புதினத்தைப் போற்றி உள்ளனர். கோதார்த், கொரல்யாவ் மற்றும் வான்பிரவுன் முதலிய ராக்கெட் தொழில்நுட்பத் தலைவர்கள் அனைவரும் ஜுல்ஸ்வெர்ன் புதினமே தம்மை உணர்ச்சிப்படுத்தியது எனக் கூறியுள்ளது குறிப்பிடத்தக்கது.

பெரிய பீரங்கியின் வழியாகக் குண்டு எறிந்து, நிலவை எட்டிப் பிடித்ததாகப் புதினம் கற்பனை செய்கிறது. குண்டுக்குள் விண்வெளி வீரர் நிலவுக்குப் போவதுபோல கற்பனை செய்தார் ஜுல்ஸ்வெர்ன், சோவியத் நாடு அனுப்பிய லூனா-3 நிலவின் மறுபுறத்தை முதன்முதலில் படம் எடுத்தபோது அங்கு கண்ட ஒரு கிண்ணக்குழிக்கு ஜுல்ஸ்வெர்ன் பெயரைச் சூட்டிக் கொண்டாடியது குறிப்பிடத்தக்கது.

கற்பனைகள் கனவுகள் நிஜமாகும். “தூங்கும் போது ஏற்படும் கனவுகள் அல்ல. நம்மைத் தூங்கவிடாமல் செய்யும் கனவுகள்” என முன்னாள் ஜனாதிபதி டாக்டர் ஏ.பி.ஜே. அப்துல்கலாம் கூறியது போல கண்இமை மூடாமல் கனவு கண்ட அறிவியலாளர்களின் முனைப்பு பலித்தது. அக்டோபர் 4, 1957ல் ஸ்புட்னிக் விண்கலம் விண்நோக்கிப் பறந்தது. முதன்முதல் விண்வெளிப் பயணம் துவக்கப்பட்டது.

பாய்மரக் கப்பலில் நிலவுக்குச் செல்வது போன்ற கற்பனைப் புதினம்.

பீரங்கி வழி குண்டு எறிந்து நிலவுக்குச் செல்வதாகக் கற்பனை புனைந்தார் ஜூல்ஸ் வெர்ன்.

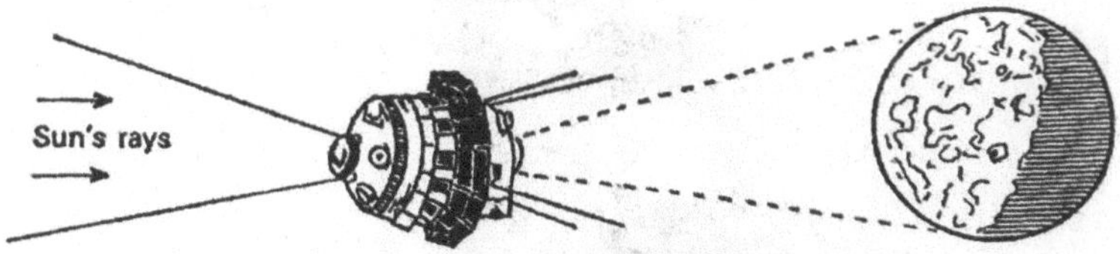

சூரியன் நிலவுக்குப் பின்புறம் பிரகாசிக்கும்படியான நிலையில் அமாவாசை அன்று லூனா3 நிலவின் பின்புறத்தை அடைந்து புகைப்படம் எடுத்தது.

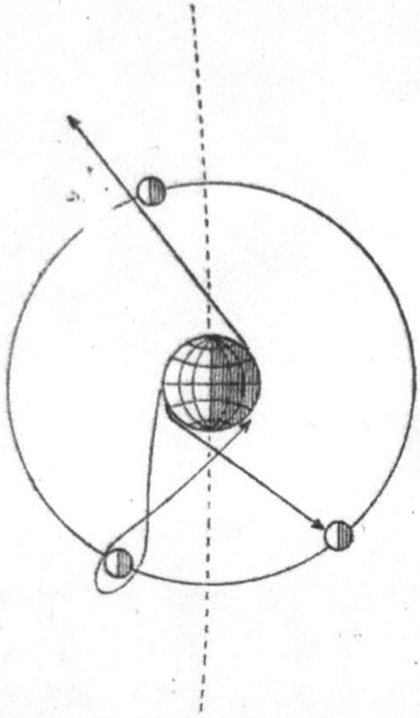

முதல் மூன்று விண்வெளிச் சாதனை நிகழ்த்தியது சோவியத் ரஷ்யா. லூனா1 1959இல் நிலவுக்கு அருகாமையில் பறந்து சென்றது. லூனா-2 1959இல் நிலவில் மோதி எட்டியது. லூனா3 1959இல் நிலவின் மறுபக்கத்தில் பாய்ந்து புகைப்படம் எடுத்தது.

Red, White and Blue Cross

அடுத்தடுத்து சோவியத் யூனியனுக்கு வெற்றி. ஆனால் அமெரிக்க முயற்சிகள் தோல்வி. அதனைக் கேலி செய்யும் அமெரிக்கக் கேலிச் சித்திரம்.

"All the News That's Fit to Print"

The New York Times

LATE CITY EDITION

MEN WALK ON MOON

ASTRONAUTS LAND ON A PLAIN AFTER STEERING PAST CRATER

Voice From Moon: 'Eagle Has Landed'

A Powdery Surface Found by Armstrong

நிலவில் முதல் மனிதரை இறக்கியது அமெரிக்கா.
உலகத் தலைப்புச் செய்தியாகியது.

"எனது சிறிய அடி மனித இனத்திற்குப் பெரும் பாய்ச்சல்" என நிலவில் கால் பதித்ததும் கூறினார் நீல் ஆம்ஸ்ட்ராங்

முதல் விண்வெளிப் பயணம் துவங்கிய அடுத்த இரண்டு ஆண்டுகளிலேயே (1959ல்), சோவியத் நாடு அடுத்தடுத்து மூன்று விண்வெளி சாதனைகளைப் படைத்தன. ஜனவரி 1959ல் சோவியத் நாட்டின் விண்கலம் லூனா-1 நிலவுக்கு அருகாமையில் சுமார் 7000கிமீ தொலைவில் பறந்து சென்றது, புத்தாண்டுப் பரிசாக அமைந்தது. செப்டம்பர் 12, 1959ல் லூனா-2 என்ற விண்கலம் புவியிலிருந்து சீறிப் பாய்ந்தது. நிலவை அடைந்து மோதியது. நிலவைத் தொட்ட முதல் விண்கலம் இதுதான். செப்டம்பர் 13, 1959ல் ஆர்கிமிடிஸ் கிண்ணக்குழி பகுதியில் இது நிலவின் தரையை முத்தமிட்டது. நிலவுக்குக் காந்தப்புலம்

அமெரிக்கா மனிதர்களை நிலவுக்கு ஏவ, சோவியத் யூனியன் சப்தமில்லாமல் இயந்திர ரோபோக்களை ஏவியது. லூனாகோட் எனப்படும் இயந்திர கார் எஞ்சிய லூனா.

இல்லை என்பது போன்ற பல அரிய அறிவியல் தரவுகளைச் சேகரித்தது லூனா-2 விண்கலம். அதுவரை நிலவின் தரைப்பரப்பு குறித்து பல யூகங்கள் இருந்தன. நிலவின் தரைப்பரப்பு பொடிப்பொடி மணலாக இருக்கும். எனவே அதில் தரையிறங்கும் கலம் மண்ணில் புதைந்து விடும் என்ற கருத்து வலுவாக இருந்தது. ஆனால் லூனா-2 விண்கலம் தரையிறங்கிய இடம் நிலையான, உறுதியான தரைப்பரப்பு என்பது உறுதிப்பட்டது. நிலவின் கல், பாறை, பள்ளம், குழிகள் எனப் பல கூறுகள் இந்த விண்கலம் அனுப்பிய புகைப்படங்கள் வழி காட்சிப்பட்டன.

அதே ஆண்டு அக்டோபர் 7ஆம் தேதி ஏவப்பட்ட லூனா-3 உள்ளபடியே புரட்சிகரமான விண்கலம். முதன்முறையாக ஏனைய கோளை வலம் வரும் வகையில் செலுத்தப்பட்ட விண்கலம் இதுதான். இதன் முக்கிய குறிக்கோள் நிலவின் மறுபக்கம் என்ன? என்ற கேள்விக்கு விடை தருவதுதான்.

புவியிலிருந்து பார்க்கும்போது நிலவின் 59 சதவிகித பகுதியே புலப்படும். மீதமுள்ள 41 சதவிகிதப் பகுதி புவியிலிருந்து புலப்படாது. நிலவின் மறுபுறம் குறித்துப் பற்பல கற்பனைகள் புனைவுகள் இருந்தன. இந்து புராணத்தின்படி இது பிதுர்கள் வாழுமிடம். பிரபல வானவியலாளர் ஹெர்ஷெல் நிலவின் மறுபுறத்தில் நீர் தேங்கி பெரிய கடல் இருக்கும் என யூகம் செய்திருந்தார். இவ்வாறு பற்பல கற்பனைகள் மட்டுமே நிலவின் மறுபக்கத்தைக் குறித்து இருந்தது.

அக்டோபர்7, 1959 அன்று லூனா-3 நிலவின் மறுபுறத்தினைச் சுற்றி வலம் வரத் துவங்கியது. அதன் இரண்டு புகைப்படக் கருவிகள் படம் எடுக்கத் துவங்கின. அக்டோபர் 10 அன்று அது நிலவின் பின்புறம் பாய்ந்து, புவியிலிருந்து சுமார் 4,50,000 கிமீ தொலைவை அடைந்தது. நிலவின் பின்புறம் பாய்ந்த விண்கலம் நிலவைச் சுற்றி வந்தது.

பின்னர் நிலவின் அருகே சுமார் 40,000 கி.மீ. தொலைவில் பறந்தது. அக்டோபர் 18 அன்று புவிக்கு தாம் எடுத்த புகைப்படங்களை அனுப்பியது. அக்டோபர் 24 அன்று நிலவின் மறுபுறத்தின் முதன் முதல் புகைப்படம் நாளேடுகளில் வெளியாகின. முதல் பக்கத் தலைப்புச் செய்தி ஆகின. உலகம் வியந்து நின்றது.

அதன்பின் பல ஆண்டுகள் நிலவை நோக்கிய விண்பயணங்கள் வெற்றிகரமாக அமையவில்லை. 1964ல்

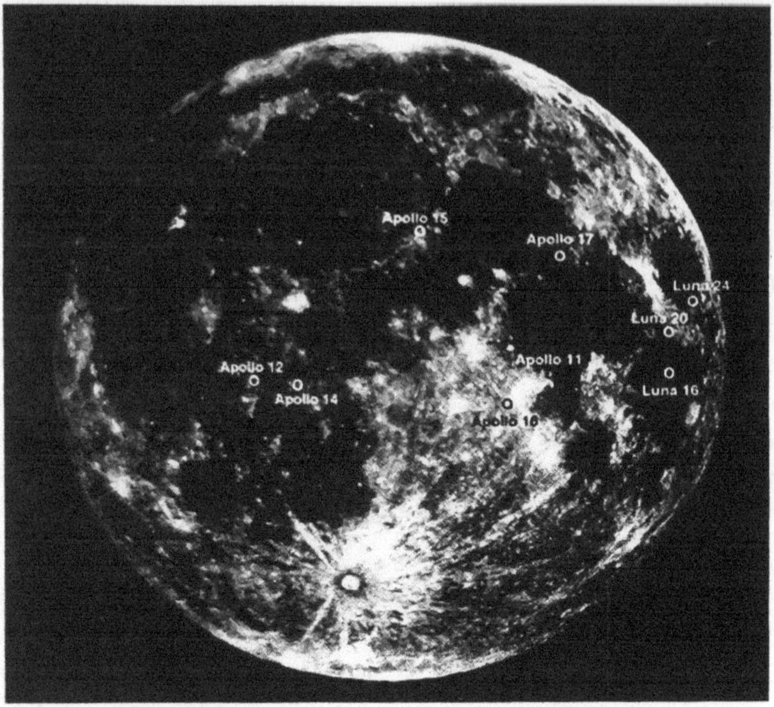

அப்போலோ திட்டம், லூனா திட்டம் முதலிய நிலவின் கல், மண் மாதிரிகளை சேகரித்து புவிக்கு எடுத்து வந்துள்ளது.

அமெரிக்க ரேஞ்சர்-7 விண்கலம் நிலவில் மோதியது. இதுவே நிலவைச் சென்றடைந்த முதல் அமெரிக்க விண்கலம். மோதுவதற்கு சற்று முன்னர் நிலவின் தரைப்பரப்பைப் படமெடுத்துப் புவிக்கு அனுப்பியது ரேஞ்சர்-7.

1966ல்தான் சோவியத் விண்கலம் லூனா-9 முதன்முதலாக நிலவின் தரையில் மோதாமல் தரையிறங்கியது. மேரி புரோசெலுரம் என்ற பகுதியில் தரையிறங்கிய இந்த விண்கலம் உடனே நிலவின் தரைப்பரப்பு குறித்த புகைப்படம் மற்றும் தரவுகளைப் புவிக்கு அனுப்பியது.

நிலவின் அருகில் பறப்பது, நிலவைச் சுற்றுவது, நிலவில் மோதி தரையிறங்குவது என்பது மட்டுமல்ல; விமானம் போல மெல்ல மென்மையாகத் தரையிறங்கலாம் என்பதை லூனா-9 நிறுவிக் காட்டியது. நிலவுப் பயணம் வெறும் கற்பனை அல்ல சாத்தியம் என்பதை உறுதி செய்தது.

17

இரண்டாம் தேன்நிலவு

சோவியத் யூனியனின் விண்கலம் லூனா-2, 1959ஆம் ஆண்டு செப்டம்பர் திங்கள் 14ஆம் நாள் நிலவைச் சென்று எட்டியது. இதுவே நிலவைச் சென்று எட்டிய முதல் விண்கலம். அதன்பின் தொடர்ச்சியாகப் பற்பல விண்கலன்கள் நிலவை நோக்கி ஏவப்பட்டன. 1959ஆம் ஆண்டு அக்டோபர் 7 அன்று சோவியத் யூனியனின் லூனா-3 விண்கலம் நிலவின் பின்புறத்தைச் சுற்றி வந்தது. நிலவின் மறுபக்கத்தைப் புகைப்படம் எடுத்தது.

முதல் விண்கலங்கள் நிலவின் அருகே பறந்து சென்று படம் பிடித்தன. அதன்பின் சில விண்கலங்கள் நிலவில்தரை மோதின. சில நிலவின் செயற்கைக்கோளாக நிலவை வலம் வந்தன. நிலவின் மீது மெல்ல இறங்கி ஆய்வு நடத்திய முதல் விண்கலம் சோவியத் யூனியனில் லூனா-9 ஆகும். பிப்ரவரி 3, 1966ல் தரை இறங்கிய லூனா-9 பிப்ரவரி 6ஆம் தேதி வரையில் செயல்பட்டது. நிலவின் தரை வலுவானது. நிலவில் விண்கலம் இறங்கி நிற்க முடியும். நிலவின் பொடி மணலில் புதைந்துவிடாது என லூனா-9 நிறுவியது.

அன்று நிலவிய விண்வெளி போட்டாபோட்டியில் சோவியத் யூனியன் முன்நிலை வகிப்பதைக் கண்ட அமெரிக்கா தானும் நிலவைப் பிடிப்பதில் தீவிரம் காட்டியது. அன்றைய அமெரிக்க ஜனாதிபதி ஜான்.எப்.கென்னடி "பத்து ஆண்டுகளுக்குள் அமெரிக்கர் ஒருவரை நிலவில் இறக்கிக் காட்டுவேன்" என்று 1961ஆம் ஆண்டில் சபதம் செய்தார். இதனைத் தொடர்ந்து அமெரிக்காவும் நிலவைச் சென்றடையும் போட்டியில் இறங்கியது. விண்வெளிப் போட்டி துவங்கியது.

போட்டியின் துவக்கத்தில் சோவியத் யூனியனே முன்னிலை வகித்தது. சோவியத் யூனியனின் லூனா-10 என்ற விண்கலம் நிலவை அடைந்ததோடு அல்லாமல், நிலவின் செயற்கைக் கோளாகச் சுற்றி வந்த முதல் கலமாகத் திகழ்ந்தது. 1968 செப்டம்பர் 18 அன்று நிலவை

எட்டிய ஸோன்டு-5 (zond-5) என்ற சோவியத் விண்கலமே நிலவை எட்டி மறுபடி பூமிக்குத் திரும்பிய விண்கலம். நிலவின் 1950 கிலோ மீட்டர் அருகே சென்று நிலவைச் சுற்றி மறுபடி பூமிக்குத் திரும்பிய இந்த விண்கலத்தில் ஆமை, பூச்சிகள், செடி, விதை, பாக்டீரியா, வைரஸ் என பல உயிர்ப்பொருட்கள் வைத்து ஏவப்பட்டன. செப்டம்பர் 21, 1968ல் இந்தியப் பெருங்கடல் பகுதியில் தரை இறங்கிய

நிலவு நோக்கி அமெரிக்கா மற்றும் ரஷ்யா மட்டுமல்லாமல், ஐரோப்பா, சீனா, ஜப்பான், இந்தியா, ஜெர்மனி, இங்கிலாந்து முதலிய நாடுகளும் விண்கலம் ஏவத் திட்டமிட்டுள்ளன. நிலவின் இரண்டாம் தேன் நிலவு.

விண்கலத்தில் இவை நிலவைச் சுற்றி வந்து மறுபடியும் பூமியை எட்டின. நிலவின் அருகில் செல்லும் உயிரிப் பொருட்களில் ஏதேனும் வித்தியாசம் உள்ளதா, ஆபத்து உள்ளதா என்று அறிய இந்தப் பரிசோதனை மேற்கொள்ளப்பட்டது.

புவிக்கு பத்திரமாகத் திரும்பிய இந்த உயிரினங்களைப் பரிசோதித்த விஞ்ஞானிகள், ஆமையின் எடையில் 10% குறைவு காணப்பட்டதாகவும், மற்ற எல்லா உயிரிகளும் பத்திரமாக இறங்கின எனவும் கண்டுபிடித்தனர். நிலவை நோக்கி உயிரிகளைச் செலுத்த இயலும் என்பது உறுதியாகியது.

1962ல் நிலவில் தரைஇறங்கிய ரேஞ்சர்-4 தான் நிலவை எட்டிய முதல் அமெரிக்க விண்கலம். இது நிலவின் மறுபுறத்தில் மோதி சுக்குநூறானது. ஆனால் சோவியத் யூனியன் முயற்சியை முறியடித்து 1968 டிசம்பர் 21 அன்று அப்போலோ 8 விண்கலம் மூன்று அமெரிக்க விண்வெளி வீரர்களோடு நிலவைச் சுற்றி வந்து பூமியைப் பத்திரமாக எட்டியது. ஆக நிலவின் அருகில் மனிதரைப் பறக்க வைத்த சாதனையை அமெரிக்கா நடத்திக் காட்டியது. கென்னடியின் சவாலைத் தொடர்ந்து மனிதர்களை

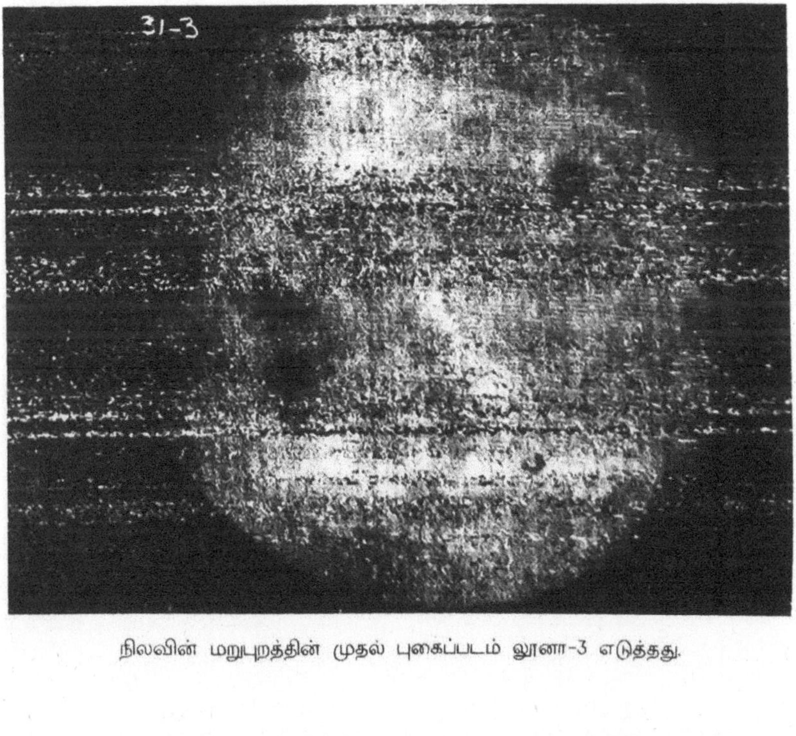

நிலவின் மறுபுறத்தின் முதல் புகைப்படம் லூனா-3 எடுத்தது.

நிலவுக்கு அனுப்பும் திட்டத்தில் முதல் வெற்றி இது. இதில் பயணம் செய்த அமெரிக்க விண்வெளி வீரர்கள் பிராங் போர்மென் (Frank Borman); ஜேம்ஸ் லோவல் (James Lovell) மற்றும் வில்லியம் அன்ரீஸ் (Willian Anders) ஆகியோர் நிலவைச் சுற்றிய முதல் மனிதர்களாவர்.

இதனைத் தொடர்ந்து ஜூலை 16, 1969ல் அப்போலோ-11 நிலவுக்கு ஏவப்பட்டது. நீல் ஆம்ஸ்டிராங், மைக்கேல் கோலின்ஸ், எட்வின் யூஜின் அல்டரின் ஆகியோருடன் ஏவப்பட்ட விண்கலம் நிலவை ஜூலை 20 அன்று அடைந்தது. நிலவில் முதன்முதல் காலடி பதித்தார் நீல் ஆம்ஸ்ட்ராங்.

அப்போலோ-17 விண்கலத்தில் பயணம் செய்த யூஷின் செர்னான், ரோனால்டு இவான், ஹரிஸன் ஸ்மிட்ஸ் ஆகியோரே, நிலவில் கடைசியாகச் சென்ற விண்வெளி வீரர்கள். நிலவில் 34 கிலோ மீட்டர் தொலைவு நிலவுக்காரில் பயணம் செய்த இவர்கள் டிசம்பர் 11, 1972ல் நிலவை அடைந்தனர். மொத்தம் 12 விண்வெளி வீரர்கள் இதுவரை நிலவில் கால் பதித்துள்ளனர்.

அமெரிக்கா மனிதர்களை நிலவுக்கு அனுப்ப முயற்சித்தபோது சோவியத் யூனியன் தனது கவனத்தை இயந்திர மனிதன் (ரோபோட்) மீது திருப்பியது. நவம்பர் 17, 1970ல்

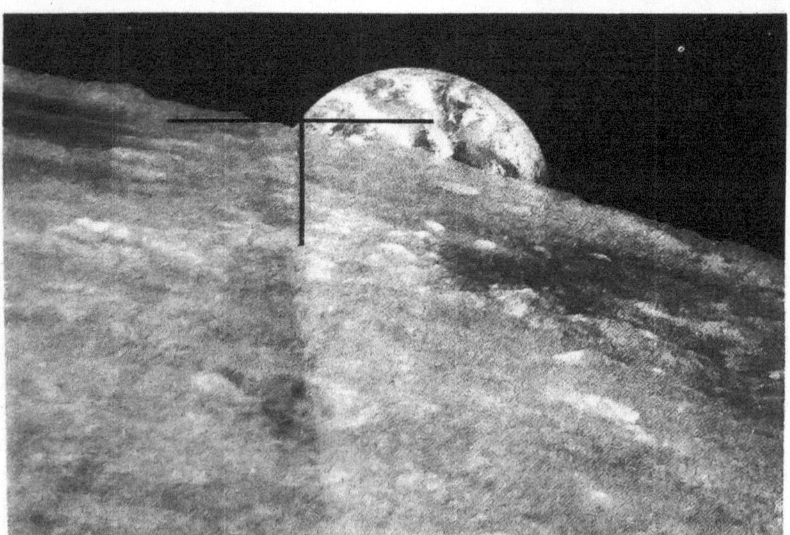

நிலவில் உதிக்கும் பூமி, சோண்டு விண்கலம் கண்ட காட்சி.

முதன்முதலில் இயந்திர விண்கலத்தை சோவியத் யூனியன் நிலவுக்கு ஏவியது. லூனாகோட் என்ற பெயரில் இயங்கிய இந்த இயந்திர மனிதன் - ரோபோட் கார் வடிவில் இருந்தது. நிலவில் பயணித்து தரவுகளைச் சேகரித்தது.

சோவியத் யூனியன் மற்றும் அமெரிக்கா மொத்தமாக 60 முறை நிலவை நோக்கி விண்கலங்களைச் செலுத்தினர். இதில் சில மட்டுமே நிலவை அடைந்து மறுபடி புவிக்கு திரும்பின. இவை அனைத்தும் நிலவின் கல், மண் மாதிரியை எடுத்து வந்தன. 1976ஆம் ஆண்டு நிலவை அடைந்த லூனா-24 ஆகஸ்ட் 22, 1976 அன்று நிலவின் கல், மண் மாதிரிகளுடன் புவியை அடைந்தது. இதுவே, இதுவரை நிலவிலிருந்து திரும்பிய விண்கலங்களில் கடைசி.

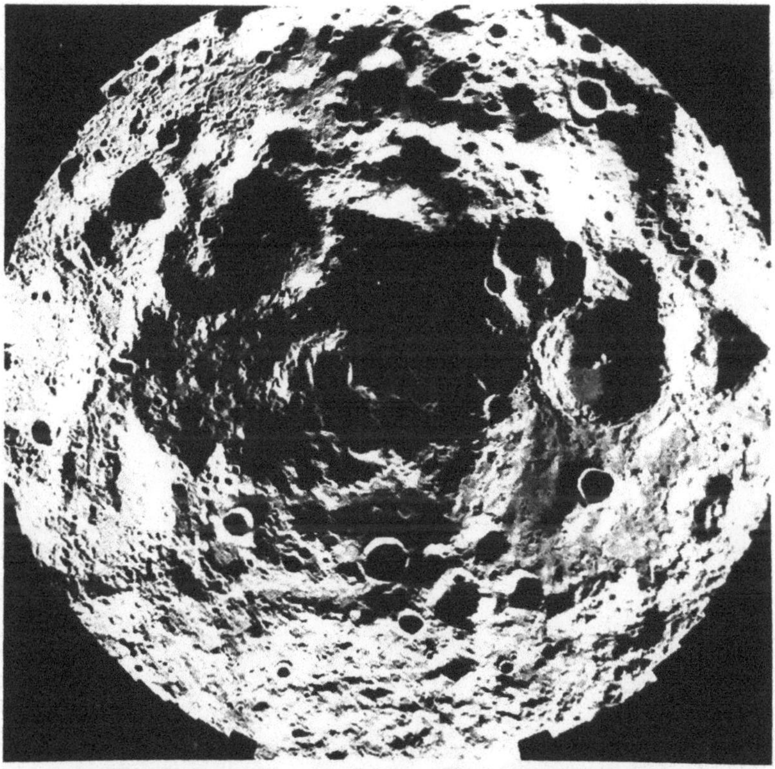

நிலவின் தென்துருவப் பகுதி. இங்கு பனிக்கட்டியாக நீர் இருக்கலாம் என கருதப்படுகிறது. இதன் காரணமாகவே நிலவை நோக்கிப் பயணம் சூடு பிடித்துள்ளது.

சோவியத் யூனியன் மற்றும் அமெரிக்காவிற்கு அடுத்தபடியாக நிலவை அடைய எத்தனித்தது ஜப்பான் குட்டித்தீவு. 1990-ஆம் வருடம் ஹட்டேன் (Hiten) என்ற விண்கலத்தை நிலவு நோக்கி ஏவியது.

இராமன் பதினான்கு வருடம் காட்டில் கிடந்த மாதிரி 1967 முதல் 14 வருடம் பாராமுகமாகக் கிடந்த நிலவுக்கு மறுபடி யோகம் அடித்தது. இரண்டாம் தேன்நிலவு அமைந்தது.

ஹட்டேன் ஏவப்பட்டபோது பல சவால்களைச் சந்தித்தது. அதன் இயக்கத்தில் ஏற்பட்ட கோளாறு காரணமாக எரிபொருள் தீர்ந்து விட்டது. எனவே திட்டமிட்ட முறையில் நிலவை அடைய முடியாது என்ற நிலை ஏற்பட்டது. ஜப்பான் விஞ்ஞானிகள் கூடி ஆலோசித்து மாற்றுத் திட்டம் ஏற்படுத்தினர். மெல்ல மெல்ல நிலவு இந்த கோளைக் கவரும்படி அதன்

ஜப்பான் விண்கலம் தீட்டியுள்ள நிலவின் மறுபுற புகைப்படம்.

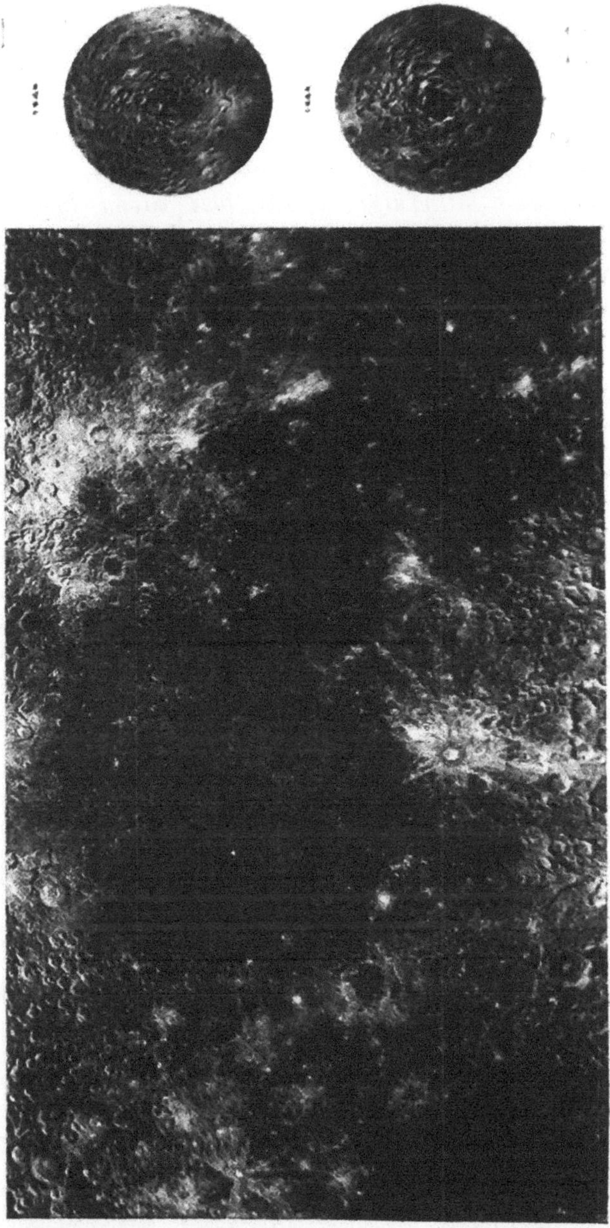

சீனாவின் சாங்கேயும் நிலவின் தரைப்பரப்பைப் புகைப்படம் எடுத்து ஆராய்ந்து உள்ளது

பாதையை ஏற்படுத்தினர். எனவே ஒரு சில நாட்களில் நிலவை அடைய வேண்டிய ஹட்டேன் பல மாதம் பயணித்து மெல்ல மெல்ல அன்னநடை போட்டு நிலவை எட்டியது. அக்டோபர் 1991இல் தான் இது நிலவின் கவர்ச்சிப் பாதையைச் சென்றடைந்தது.

இதனைத் தொடர்ந்து 1994-ஆம் ஆண்டு கிளமென்டைன் (Clementine) என்ற விண்கலத்தை அமெரிக்கா ஏவியது. ஜனவரி 25, 1994 அன்று ஏவப்பட்ட கிளமென்டைன் ஒரு மாதம் கடந்த பின்னர் நிலவை எட்டியது. ஜூன் 1994 வரை இது நிலவை செயற்கைக் கோளாகச் சுற்றிச்சுற்றி வந்து படம் பிடித்தது. இதன் கருவிகளை வைத்து 1998இல் நிலவில் நீரின் தடம் இருக்கிறது என விஞ்ஞானிகள் அனுமானித்தனர். இச்செய்தி அனைவரையும் வியப்பில் ஆழ்த்தியுள்ளது.

நிலவின் துருவப்பகுதியில் சில குழிகள் எப்போதும் நிழலின் பிடியில் இருக்கும். சூரிய ஒளி படரவே படராது. இக்குழிகளில் நீர் பனிக்கட்டியாக உள்ளது என விஞ்ஞானிகள் கருதுகின்றனர்.

இதனைத் தொடர்ந்து நிலவின் துருவப் பகுதியில் நீர் உள்ளதா என சோதித்து அறிய லூனார் பிரஸ்பெக்டர் என்ற விண்கலம் ஏவப்பட்டது. அமெரிக்கக் கலமான இது 1998இல் ஏவப்பட்டது. சில மாதம் செயலாற்றிய இக்கலம் இறுதியில் நிலவின் தென் துருவப்பகுதியில் மோதியது.

மோதலின் விளைவாக நீர் எதுவும் எழும்புகிறதா எனவும் சோதனை செய்து பார்த்தது.

2004ஆம் ஆண்டு ஸ்மார்ட் என்ற பெயரில் ஐரோப்பிய விண்வெளி நிறுவனம் நிலவை நோக்கி விண்கலத்தை ஏவியது. செப்டம்பர் 1, 2003இல் ஏவப்பட்ட இக்கலம் செப்டம்பர் 15 அன்று நிலவை அடைந்தது. அடுத்த இரண்டு ஆண்டுகள் நிலவைச் சுற்றி வந்தது. ஆய்வுக்காக செப்டம்பர் 3, 2006இல் நிலவில் மோதச் செய்தனர்.

சமீபத்தில் செப்டம்பர் 14 அன்று ஜப்பானின் இரண்டாவது நிலவுக் கலம் செலின் (Selene) ஏவப்பட்டது.

நவம்பர் 5, 2007 அன்று சீனா தனது சாங்கே-1 என்ற கலத்தை நிலவை நோக்கி ஏவியது. வளர்ந்த நாடுகளைத் தவிர்த்து நிலவை நோக்கிக் கலம் ஏவிய முதல் வளரும் நாடு என்ற பெயரை சீனா தட்டிக்கொண்டு போனது. மார்ச் 2, 2009 அன்று இந்த விண்கலம் திட்டமிட்ட முறையில் நிலவில் மோதியது. நிலவை அடைந்தது சீனா.

இந்தியாவின் சந்திரயான் நவம்பர் 8, 2008 அன்று நிலவை அடைந்தது. இந்தியக் கொடி ஏந்திய மூன் இம்பாக்டர் நவம்பர் 14, 2008 அன்று நிலவில் மோதியது. தாய் கலம் நிலவைச் சுற்றி துருவப் பாதையில் வெற்றிகரமாக செலுத்தப்பட்டது. வெகு விரைவில் அமெரிக்கா, ரஷ்யா, ஜெர்மனி, பிரிட்டன், ஜப்பான், சீனா முதலியோரும் நிலவை நோக்கிப் பயணம் செல்ல திட்டமிட்டுள்ளனர். நிலவுக்கு உள்ளபடியே இரண்டாம் தேன்நிலவுதான். இந்தியாவும் தொடர்ந்து நிலவு ஆய்வு மேற்கொள்ளத் திட்டமிட்டுள்ளது.

18

சந்திரயான்

இந்தியாவின் முதல் தொலை விண்வெளித்திட்டம் சந்திரயான்-1 2008ஆம் ஆண்டு அக்டோபர் 22 அன்று காலை ஏவப்பட்டது. தானே ஏவு ஊர்தி (*Rocket*). தயாரித்து, செயற்கைக்கோள் வடிவமைத்து விண்வெளிச் சாதனைகள் பல புரிந்துள்ளது இந்தியா. ஆயினும், புவியினை விட்டு

வங்கக் கடலின் ஓரத்தில் ஸ்ரீ ஹரிகோட்டா அருகே அமைந்துள்ள சத்தீஷ்தவன் விண்வெளி நிலையத்திலிருந்து PSLV ராக்கெட் மூலம் சந்திரயான் ஏவப்பட்டது. 13வது முறையாக தொடர் வெற்றியாக PSLV ஏவப்பட்ட நிகழ்வு ஆமைந்தது.

விண்வெளிக்கு அதாவது வேறு கோள்களுக்குச் செல்லும் முதல் திட்டம் சந்திரயான்.

சந்திரயான் என்ற பெயர் சந்திரன் மற்றும் 'யான்' என்ற இரண்டு வடமொழிச் சொற்களின் கூட்டு ஆகும். சந்திரன் என்றால் நிலவு. யான் என்றால் பயணம் செய்யும் கலன். எனவே நிலவுக்குப் பயணம் செய்யும் கலம் என்பதே சந்திரயான்.

சந்திரயான் வெற்றிகரமாக ஏவப்பட்டதும் குதூகலத்தில் திளைத்தனர் இந்திய விஞ்ஞானிகள். முன்னாள் குடியரசுத் தலைவர் ஏ.பி.ஜே. அப்துல் கலாமும் இஸ்ரோ தலைவர் திரு. மாதவன் நாயர் அவர்களும் கட்டித் தழுவினர்.

தானே சுயமாக வடிவமைத்த ஏவுஊர்தி (Rocket) பிஎஸ்எல்வி (PSLV) வழி சந்திரயான் நிலவுக்கு ஏவப்பட்டது. பிஎஸ்எல்வி என்பது போலார் சாட்டிலைட் லாஞ்ச் வெகிகிள் என்பதாகும். துருவச் சுற்றுப் பாதைக்கு செயற்கைக் கோள்களை எடுத்துச் சென்ற ஏவுஊர்தி இது. 1995 முதல் இந்த ஏவுஊர்தி வெற்றிகரமாக இயக்கப்பட்டு வருகிறது. 45 மீட்டர் உயரம், சுமார் 295 டன் எடை கொண்ட இந்த ஏவுஊர்தி சந்திரயான் கலத்தை ETO எனப்படும் சுற்றுப்பாதைக்கு முதலில் ஏவிவிட்டது. ETO என்பது Eliptical Transfer Orbit ஆகும். அதாவது நீள்வட்டத் தடம் மாற்று சுற்றுப்பாதை.

சந்திரயான் நிலவுக்கு ஏவப்பட்ட விதம் புதுமையானது. குறிபார்த்து அம்பு எறிவது போல நேரே நிலவுக்கு எறியவில்லை. அவ்வாறு செல்ல அதிக உந்து சக்தி தேவை. பணம் விரயம் எனவே புதுமை முறையைக் கண்டனர் இந்திய விஞ்ஞானிகள்.

ஷாட் புட் எனப்படும் குண்டு எறிதல் பந்தயத்தில் வீரர் குண்டைக் கையில் வைத்துத் தட்டாமாலை சுற்றுவார். பின்னர் தேவையான முழக்கு பெற்றதும் குண்டை எறிவார். இதன்வழி குண்டு முழக்கு பெற்று வெகுதூரம் பயணம் செய்யும். அதுபோல

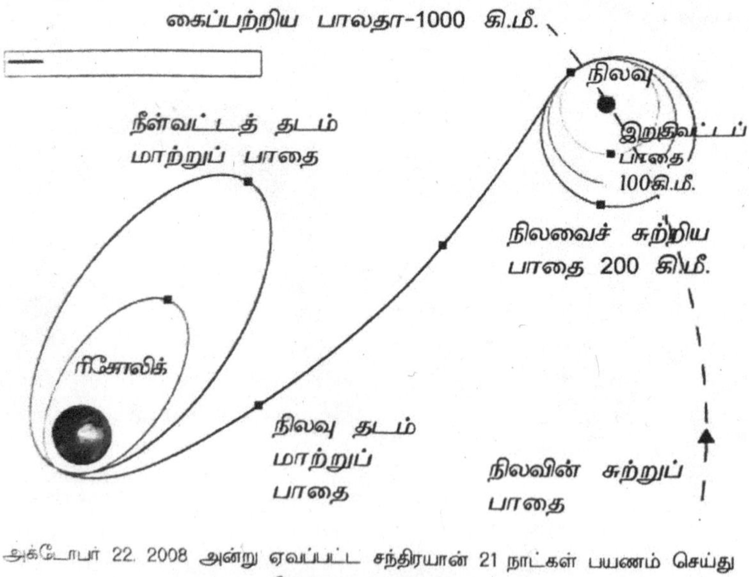

அக்டோபர் 22. 2008 அன்று ஏவப்பட்ட சந்திரயான் 21 நாட்கள் பயணம் செய்து நிலவை அடைந்தது.

ETO என்கிற சுற்றுப்பாதையில் சுழலும் செயற்கைக்கோள் முடுக்குப் பெற்று அதன் பாதை நீள்வட்டமாக மாறும்.

உந்துசக்தி அதிகரிக்க அதிகரிக்க அதன் பாய்ச்சல் வேகம் கூடும். வேகம் கூடக்கூட அதன் பாதை புவியிலிருந்து உயரும். இதனைப் பயன்படுத்தி சந்திரயானை இயக்கினர். உந்து தொடர்ந்து அளிக்கப்பட அதன் சேய்மைப் புள்ளி 40000கி.மீ.; ஒரு லட்சம் கி.மீ. என உயர்ந்து கொண்டே போகும். மெல்ல மெல்ல சேய்மைப் புள்ளி உயர்ந்து 4 லட்சம் கி.மீ. என உயரும். புவியிலிருந்து கலம் அச்சமயத்தில் 4 லட்சம் கி.மீ. தொலைவில் அமையும். நிலவிற்கு அருகே சந்திரயான் பாயும்.

அந்த நொடியில் விண்கலத்தின் எரி ஊர்திகள் செயல்படுத்தப்படும். அதன் வழி புவியின் ஈர்ப்பு சக்தியை விட்டு விண்கலம் கைமாறி நிலவின் ஈர்ப்புசக்திக்குப் பாயும். எறியும் பந்தை அடுத்தவர் எட்டிப் பிடிப்பதைப் போல விண்கலம்

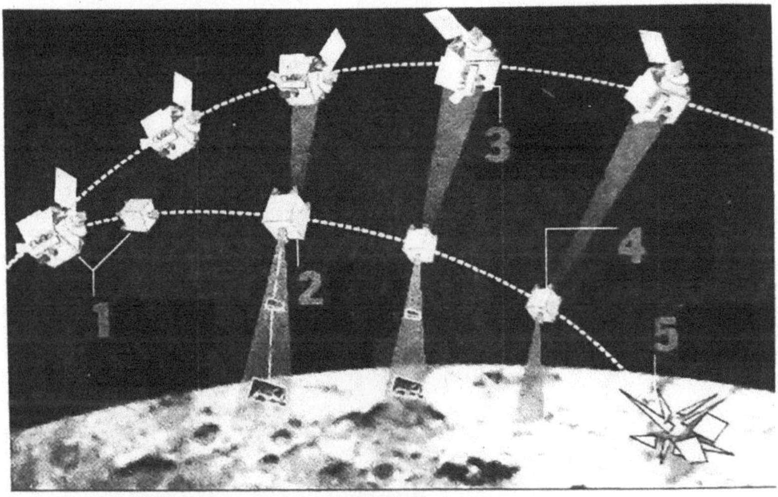

குழந்தைகள் நாள், நவம்பர் 14, 2008 அன்று சந்திராயனுடன் முதுகு சவாரி செய்த விமிறி என்ற நிலவுக்கலம் நிலவை முத்தமிட்டது. (1) சுமார் இரவு 8.06 மணிக்கு விமிறி சந்திரயானிலிருந்து விடுபட்டது. (2) நிமிடத்திற்கு 1.6 கி.மீ வேகத்தில் நிலவை நோக்கிப் பாய்ந்தது. (3) 35 கிலோ எடை கொண்ட MIP வளைவான பாதையில் கீழே விழுந்தது. (4) கீழே விழும்போது அதன் கருவிகள் இயங்கின. நிலவைப் படம் பிடித்தன. நிலவின் அருகிலிருந்து ஆய்வுகள் செய்தன. இக்கருவிகள் தாய்க்கலத்திற்கு ரேடியோ அலைமூலம் அனுப்பப்பட்டது. (5) வீடியோ புகைப்படமெடுத்தபடி கலம் நிலவின் தரையில் இரவு 8.31 மணிக்கு விழுந்தது.

நிலவின் பிடியில் சிக்கி நிலவைச் சுற்ற வேண்டும் எனத் திட்டமிட்டனர்.

ஏவப்பட்டதிலிருந்து சுமார் 13 நாட்கள் கடந்த பின்னர் இவ்வாறு விண்கலம் LTT அதாவது Lunar Transfer Trajector நிலவு சுற்றுப் பாதை மாற்ற எரிவரை அடைந்தது. நிலவைச் சுற்றி நீள்வட்டப் பாதையில் அண்மைப்புள்ளி 200 கி.மீ. சேய்மைப்புள்ளி 5000 கி.மீ. என்ற வகையில் விண்கலம் சுற்றியது. பின்னர் மெல்ல மெல்ல அதன் உயரம் மட்டுப்படுத்தப்பட்டது. நிலவை சுமார் 100 கி.மீ. உயரத்தில் சுற்றும் நிலவு செயற்கைக்கோளாக சந்திரயான் மாறியது. இதுவே திட்டம்.

புவியைச் சுற்றிச் சுழலும் வரை சந்திரயானை ஏவ பிஎஸ்எல்வி ஏவு ஊர்தி விசை தரும். ஆனால் மெல்ல மெல்ல அதன் சேய்மைப்புள்ளியை உயரே உயர்த்திச் செல்ல, பின்னர் நிலவுப் பாதையில் பயணிக்க, நிலவினைச் சுற்றும் உயரத்தைக் குறைக்க, பின்னர் நிலவைச் சுற்றி இயங்க சந்திரயானுக்கு எரிபொருள் தேவை. இதற்கு என 610 கிலோ திரவ நைட்ரஜன் எரிபொருள் அடங்கிய சிறு ஏவூர்திகள் சந்திரயானில் பொருத்தப்பட்டிருந்தன.

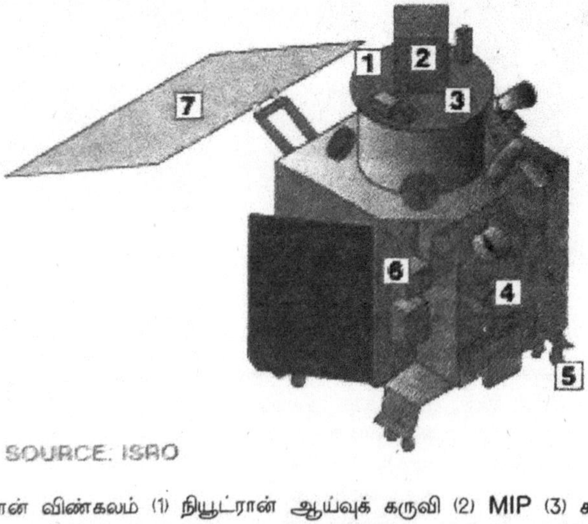

சந்திரயான் விண்கலம் (1) நியூட்ரான் ஆய்வுக் கருவி (2) MIP (3) கதிரியக்க அலை (4) TMC எனப்படும் கேமரா (5) நிலவின் தாதுப்பொருள் உணர்வி (6) எக்ஸ்ரே நிறமாலை மானி (7) ஒளிமின் உற்பத்தி செய்யும் சூரியத் தகடு.

முயலும், ஆமையும் கதையில் வரும் பொறுமை இழக்காத ஆமை போல சந்திரயான் படிப்படியாக நிலவை அடைந்தது. முதல் முயற்சியே வெற்றியாக மலர்ந்தது.

அக்டோபர் 22 அன்று ஏவப்பட்ட சந்திரயான் 13 நாட்கள் பயணம் செய்து திட்டமிட்ட முறையில் நிலவை அடைந்தது. ஐந்து முறை சந்திரயானின் எரிஊர்திகள் எரிக்கப்பட்டு உந்து சக்தி அளிக்கப்பட்டது. இவ்வாறு சந்திரயானின் பாதை பலமுறை உயர்த்தப்பட்டு நிலவின் அருகே கொண்டு செல்லப்பட்டது. ETOவில் பாய்ந்து கொண்டிருந்த சந்திரயானுக்கு அக்டோபர் 23, காலை 9 மணி அளவில் முதல் உந்து அளிக்கப்பட்டது. சுமார் 18 நிமிடம் அதன் எரி ஊர்திகள் எரிந்தன. இதன் காரணமாக சந்திரயானின் பாதை நீள்வட்டமாகியது. சுமார் 11 மணி நேரத்திற்கு ஒருமுறை புவியை சுழல துவங்கியது. அப்போது அதன் அண்மைப் புள்ளி 260 கி.மீ. சேய்மைப் புள்ளி 36,000 கி.மீ என அமைந்திருந்தது.

DSN ஆண்டெனா

அக்டோபர் 25, காலை 5.48 மணிக்கு இரண்டாம் உந்து அளிக்கப்பட்டது. 16 நிமிடம் எரி ஊர்திகள் இயக்கப்பட்டன. இதன் காரணமாக சந்திரயானின் பாதை வெகுவாக நீள்வட்டமாகியது. அதன் சேய்மைப் புள்ளி 74, 715 கி.மீ என உயர்ந்தது. அண்மைப் புள்ளி 336 கி.மீ என அமைந்திருந்தது. 25% மணிக்கு ஒரு தடவை புவியைச் சுற்றி வந்தது. முதன் முறையாக (Geostationary) நிலையைக் கடந்து 36,000 கி.மீ க்கு இரு மடங்கு உயர்வு நிலையை இந்திய விண்கலம் அடைந்தது.

அக்டோபர் 26 அன்று காலை 7 மணிக்கு அடுத்த உந்து அளிக்கப்பட்டது. 9% மணித்துளிகள் நீண்ட எரி ஊர்தி இயக்கத்திற்குப் பிறகு சந்திரயானின் சேய்மைப் புள்ளி 1,64,600 கி.மீ என அமைந்தது. இந்தப் பாதையில் சந்திரயான் 73 மணித்துளிகளுக்கு ஒருமுறை புவியைச் சுற்றி வந்தது.

அக்டோபர் 29, 2008 அன்று காலை 7.38 மணிக்கு மூன்று நிமிட எரி ஊர்தி இயக்கம் செய்யப்பட்டது. இதன் வழி சந்திரயானின் சேய்மைப் புள்ளி 2,67,000 கி.மீ ஆக அமைந்தது. ஆறு நாட்களுக்கு ஒருமுறை புவியைச் சுற்றும்படி சந்திரயான் அமைந்திருந்தது.

விமிறி பிடித்த படம். MIP தரை மோதிய நிலவு பகுதி.

நவம்பர் 4, 2008 அன்று காலை 4.56 மணிக்கு ஐந்தாவது உந்து கொடுக்கப்பட்டது. சுமார் 22 நிமிடம் நீடித்த எரி ஊர்தி இயக்கத்தின் விளைவாக சந்திரயான் தூக்கி அடிக்கப்பட்ட பந்து போல எழுந்தது. அதன் சேய்மைப் புள்ளி 3,80,000 கி.மீ. என உயர்ந்தது. நிலவின் அருகே சென்றது சந்திரயான்.

நிலவைத் தொட்டுவிடும் தொலைவில் அமைந்திருந்த சந்திரயானை சற்றே சரியான திசையில் தள்ளினால் போதும் நிலவின் பிடியில் தவழ்ந்துவிடும்.

நவம்பர் 8 அன்று மாலை 4.51 மணிக்கு சந்திரயானுக்கு சரியான உந்து அளிக்கப்பட்டது. 817 வினாடி மட்டுமே எரி ஊர்திகள் இயக்கப்பட்டன. அச்சமயத்தில் சந்திரயான் நிலவுக்கு

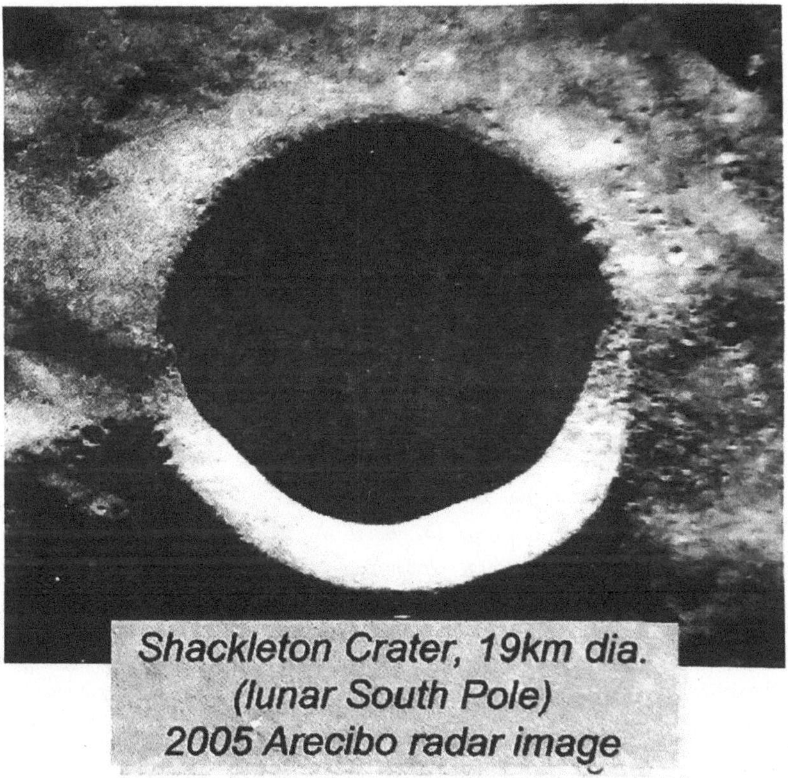

ஷக்கில்டன் (Shalkileton) கிண்ணக்குழி அருகே விமிறி தரை மோதியது. இப்பகுதியில் பல கிண்ணக்குழிகளில் எப்போதும் நிழல் படிந்திருக்கும். அங்கே பனிக்கட்டி இருக்கலாம் என கருதப்படுகிறது.

அருகே சுமார் 500 கி.மீ. தொலைவில் பயணம் செய்து கொண்டிருந்தது.

இந்த உந்தின் விளைவாக சட்டென்று புவியின் ஈர்ப்பு விசையிலிருந்து விடுபட்டு நிலவின் ஈர்ப்பு விசைக்கு, எட்டிப் பிடிப்பதுபோல சந்திரயான் நிலவின் பிடிக்குத் தாவியது.

நிலவின் பிடியில் விழுந்த சந்திரயான் நிலவின் அருகே 504 கி.மீ. தொலைவில் 7502 கி.மீ என்ற நீள்வட்டப் பாதையில் துருவச் சுற்றில் பாய்ந்தது. நிலவை 11 மணிக்கு ஒருமுறை இந்தப் பாதையில் சந்திரயான் சுற்றி வந்தது.

ஆக, வெற்றிகரமாக நவம்பர் 8, 2008 அன்று இந்தியா நிலவை அடைந்த ஐந்தாவது நாடாகப் புகழ் பெற்றது.

நிலவின் பாதையில் சேய்மைப்புள்ளி 7500 என்று அமைந்திருந்ததைத் தொடர்ந்து மட்டுப்படுத்தி 100 ஆக குறைப்பதுதான் திட்டம். எனவே நவம்பர் 9, இரவு 8 மணிக்கு 57 வினாடி எரி ஊர்திகள் இயக்கப்பட்டன. இதன் காரணமாக சந்திரயானின் பாய்ச்சல் வேகம் குறைக்கப்பட்டது. அதன் விளைவாக அதன் பாதை சுருங்கியது. அண்மைப்புள்ளி 504லிருந்து 200 கி.மீ எனக் குறைந்தது. சேய்மைப்புள்ளி 7502 கி.மீ என்ற நிலையில் இருந்தது.

நவம்பர் 10, 2008 அன்று மாலை 9.58 மணிக்கு இரண்டாம் உந்து அளிக்கப்பட்டது. இதன் காரணமாக சேய்மைப் புள்ளி 7502 கி.மீ. லிருந்து 255 கி.மீ என குறைந்தது. அண்மைப் புள்ளி 187 கி.மீ என குறைந்தது. 2 மணி 1 நிமிடத்திற்கு ஒரு தடவை நிலவைச் சுற்றி வந்தது சந்திரயான்.

நவம்பர் 11, மாலை 6.30க்கு மூன்றாம் உந்து அளிக்கப்பட்டது. இதன் வழி அதன் பாதை 187 கி.மீ X 101 கி.மீ என மாறியது. 2 மணி 9 நிமிடத்திற்கு ஒரு முறை நிலவைச் சுற்றியது.

கடைசியாக நவம்பர் 12, அன்று எரி ஊர்திகளை இயக்கி இயக்கி 101 கி.மீ X 100 கி.மீ என்ற வட்டப்பாதையில் இயக்கப்பட்டது. இந்த நிலையை எட்டிய சந்திரயான் நிலவை இரண்டு மணித்துளிகளுக்கு ஒருமுறை அதாவது நாளுக்கு ஆறுமுறை நிலவைச் சுற்றி வந்தது.

நிலவை அடைந்த சந்திரயானின் கருவிகள் சரிபார்க்கப்பட்டன. உடன் சந்திரயானில் பொருத்தி அனுப்பப்பட்ட சேய்கலம் MIP (Moon Impact Probe) எனப்படும் நிலவு மோதும் சேய்கலம் இயக்கப்பட்டது.

குழந்தைகள் தினம் நவம்பர் 14, 2008 அன்று இரவு 8.31 மணிக்கு MIP நிலவில் மோதியது. நிலவின் தென் துருவத்தில் உள்ள ஷக்கில்டன் (Shackleton) கிண்ணக்குழிக்கு அருகே இந்தியக் கொடி பொறித்த MIP நிலவில் மோதியது.

இரவு 8.06க்கு சந்திரயானிலிருந்து விடுபட்ட MIP சுமார் 30 நிமிடம் நிலவை நோக்கி விழுந்தது. விழும்போது அதன் 11 கருவிகள் இயக்கப்பட்டன. புகைப்படம் உட்பட பல ஆய்வுகள் மேற்கொள்ளப்பட்டன. நிலவின் ஈர்ப்புசக்தியினால் முடுக்குப் பெற்று விரைந்த MIPஇன் எரி ஊர்திகள் எதிர்த்திசையில் இயக்கப்பட்டது. எனவே MIP பாயும் வேகம் குறைந்து மெதுவாக நிலவில் மோதியது.

நிலவை எட்டிப் பிடித்தது இந்தியா.

‘நிலா நிலா ஓடிவா
நில்லாமல் ஓடிவா’

என்ற மழலையர் பாட்டு நிஜமாகும் வகையில் இந்திய விண்கலம் வெற்றிகரமாக நிலவை அடைந்தது.

ஏவப்படும் போது சுமார் 1304 கிலோ எடை கொண்ட சந்திரயான் நிலவை அடைந்தபோது சுமார் 590 கிலோ எடை கொண்டு அமைந்தது. சுமார் 1.5 மீட்டர் அகலம், நீளம், உயரம் கொண்டு சந்திரயான் பார்வைக்கு கன சதுர வடிவில் பெட்டி போல இருந்தது.

விண்கலம் இயங்கத் தேவையான மின் ஆற்றலை சூரியனிடமிருந்து பெற்றது. ஒளிமின் விளைவு எனப்படும் Photoelectric effect சார்ந்து செயல்படும் ஒளிமின் செல் அமைப்பு சந்திரயானில் இருந்தது. 3.87 சதுர மீட்டர் பரப்பளவு கொண்டது இந்த செல் அமைப்பு. அதிகபட்சமாக 700 வாட் மின்சாரத்தை இது தயாரிக்கும். லித்தியம் அயனி மின்கலங்களில் இந்த மின்சாரம் சேமிக்கப்படும். சந்திரயான் விண்கலம் நிலவைச் சுற்றி வரும்போது சிலசமயம் சூரியனுக்கு எதிர்த்திசையில் அமையும். அதாவது நிலவின் இரவுப் பகுதியில் அமையும். சூரிய ஒளி இல்லா அந்தச் சூழலில் ஒளிமின் செல்வழி மின்சாரம் உற்பத்தி செய்ய இயலாது. எனவே அச்சூழலில் லித்தியம் அயனி மின்கலங்களில் சேமிக்கப்பட்ட மின்சாரத்தைப் பயன்படுத்தி அது இயங்கும். சுமார் 48 நிமிடம் முதல் 4 மணி நேரம் வரை ஒவ்வொரு சுற்றிலும் சந்திரயான் இரவுப் பகுதிக்குச் செல்லும் என்பது குறிப்பிடத்தக்கது.

சந்திரயான் விண்கலம் சேகரிக்கும் தரவுகளைப் புவிக்கு அனுப்பவும், புவியிலிருந்து கட்டுப்பாட்டுத் தளம் தரும் ஆணைகளைப் பெறவும் ரேடியோ தொலை தொடர்பு கருவிகள் உள்ளன. பரவளைவடிவில் ஆண்டனா இருந்தது. இந்த ஆண்டனா வழி செய்திப் பரிமாற்றம் நடைபெற்றது.

சுமார் 4 லட்சம் கி.மீ. தொலைவில் உள்ள செயற்கைக்கோளுடன் எளிதில் தொடர்புகொள்ள முடியாது. தொலைவிலிருந்து பாயும் மின்காந்த அலை வலு இழக்கும். எனவே பெங்களூருக்கு அருகே உள்ள பையலாலு என்ற இடத்தில் Deep Space Network - DSN என்ற அமைப்பை நிறுவியுள்ளனர். 32 மீட்டர் அகலம் உள்ள ஒரு ஆண்டனா, 18 மீட்டர் அகலமுள்ள ஒரு ஆண்டனா கொண்ட அமைப்பு இது. மிகமிக வலு இழந்த மின் காந்த அலைகளையும் சேகரித்துப் பயன்படுத்த வல்லது இந்த ஆண்டனா. இவற்றின் வழி சந்திரயானோடு மட்டுமல்ல, எதிர்காலத்தில் விண்வெளியில் தொலைவுக்குச் செல்லும் விண்கலங்களோடும் தொடர்பு வைக்கலாம்.

எல்லா சமயத்திலும் சந்திரயான் தான் சேகரித்த தரவுகளை உடனுக்குடன் புவிக்கு அனுப்ப இயலாது. குறிப்பாக நிலவின் மறுபுறம் பாயும்போது புவியோடு தொடர்பு இருக்காது. எனவே தான் சேர்த்த தரவுகளைப் பதிவு செய்ய திடநிலை பதிவுக்கருவி Solid state recordes அல்லது SSR எனப்படும் கருவிகள் உள்ளன. கணினியின் வண்தட்டு (Hard disk) போல இவை தரவுகளைப் பதிவு செய்யும். SSR -1 அறிவியல் தரவுகளைப் பதிவு செய்யும். இது 32 Gb நினைவுத்திறன் உடையது. 8Gb நினைவுத்திறன் கொண்ட SSR-2 விண்கலத்தின் இயக்கத் தரவுகளைப் பதிவு செய்யும். சந்திரயானின் வரைபடக் கருவிகள் உருவாக்கும் நிலவின் வரைபடத் தகவல்களை SSR3 என்ற பதிவுக்கே பதிவு செய்யும். இது 10Gb நினைவுத்திறன் உடையது.

19

தொலை உணர்வு

சுவைத்துப் பார்க்காமலேயே முகர்ந்து பார்த்து "ரசத்தில் உப்பு இல்லை", "குழம்பில் புளி தூக்கல்" என கண்டுபிடிப்பவர்கள் பலர். இது ஒருவகை தொலை உணர்வு remote sensing செயல் போலத்தான்.

தொட்டுப் பார்க்காமலேயே, அருகில் சென்று ஆராயாமலேயே தொலைவிலிருந்து உணர்வதுதான் தொலை உணர்வு இயல். சந்திரயானின் எல்லாக் கருவிகளும் இயங்குவது தொலை உணர்வு தொழில்நுட்பம் வழிதான். எப்படி இயங்குகிறது தொலை உணர்வு இயல். எடுத்துக்காட்டாக எக்ஸ்ரே புளூரோரசன்ஸ் என்கிற *(Xray Flurorescence)* எக்ஸ்ரே கீற்றொளிக் கருவியைப் பார்ப்போம். இந்தியாவின் நிலவை நோக்கிய முதல் விண்கலம் சந்திரயான் - *1* என்ற கலத்தில் பொருத்தப்பட்டுள்ள கருவிகளில் ஒன்று இது.

எக்ஸ்ரே என்பது மின்காந்த அலைகளில் ஒருவகை அலை. ரேடியோ கதிர், மைக்ரோவேவ், இன்பிரா ரெட் எனப்படும் அகச் சிவப்புக்கதிர், காமாகதிர், ஒளி போன்று எக்ஸ்ரேவும் மின்காந்த அலைதாம்.

எக்ஸ் கதிர்கள் ஒரு குறிப்பிட்ட பொருளில், பாயும்போது ஒன்று அந்த எக்ஸ் கதிர் உட்கொள்ளப்படலாம். அல்லது பொருளினால் எக்ஸ் கதிர் ஒளிச்சிதறல் ஏற்படலாம். எக்ஸ் கதிரை உட்கொண்டால் எக்ஸ் கதிரின் ஆற்றல் அனைத்தும், அந்தப் பொருளின் அணுக்களின் எலக்ட்ரானுக்குள் சென்று விடும். குறிப்பாக அணுவின் கடைநிலை எலக்டிரானுக்குத்தான் எக்ஸ் கதிரின் ஆற்றல் பாயும்.

கைமாறப்பட்ட ஆற்றலின் அளவு ஒரு குறிப்பிட்ட வரம்புக்கு அதிகமாக இருந்தால் கடைநிலை எலக்ட்ரான் தூண்டப்படும். தூண்டப்பட்ட எலக்ட்ரான் அணுவிலிருந்து

வெளியேறும். அவ்வாறு எலக்ட்ரான் இழந்த அணு தனது மின்நிலைத்தன்மையை இழக்கும் நிலைகுலைந்த அணு மறுபடி நிலை அடைய முயற்சிக்கும். கடைநிலைக்கு மேல் உள்ள எலக்ட்ரான்கள் கீழ்நோக்கிப் பாய்ந்து வெளியேறிய எலக்ட்ரானின் இடத்தைப் பிடிக்கும். அவ்வாறு மேல் அடுக்கு எலக்ரான் கடைநிலைக்குப் பாயும்போது சற்றே தனது ஆற்றலை இழக்கும். மேல் அடுக்கில் எலக்ட்ரான் நிலைகொள்ள அதிக

தொலை உணர் கருவி வழி நிலவைச் சுற்றிப் பறக்கும் சந்திரயான் நிலவை ஆராய்ந்தது.

ஆற்றல் தேவை. கடைநிலையில் கொஞ்சம் குறைவாகவே ஆற்றல் அவசியம். எனவே இரண்டு ஆற்றல் நிலைக்கு இடையே உள்ள வித்தியாச ஆற்றல் அளவு அணுவிலிருந்து வெளியேறும். வெளியேறும் ஆற்றலும் எக்ஸ் கதிராகத்தான் வெளியேறும் என்பது சிறப்பு.

படியும் எக்ஸ் கதிரின் ஆற்றல் எவ்வளவாக இருந்தாலும் அந்தக் குறிப்பிட்ட தனிம அணு உமிழும் எக்ஸ் கதிரின் ஆற்றல் குறிப்பிட்ட அலை நீளமாகவே அமையும். அதாவது ஒவ்வொரு தனிமமும் உமிழும் எக்ஸ்கதிர் அந்தத் தனிமத்தின் தனித்துவ குணம் படியும் எக்ஸ் கதிரின் ஆற்றலை உள்வாங்கிக் குறிப்பிட்ட ஒரு அலைநீளத்தில் எக்ஸ் கதிராக வெளி உமிழ்வதால் இது கீற்றொளி புளோரசன்ஸ்.

நிலவின் தரைப்பரப்பில் பல்வேறு தனிமங்கள், மூலக்கூறுகள் உள்ளன. இவற்றின் மீதும் எக்ஸ் கதிர் படியும். இவையும் அவ்வப்போது எக்ஸ் கதிரி கீற்றொளியை ஏற்படுத்தும். இதனை உணர்ந்து பகுத்தறியும் கருவியே எக்ஸ்ரே புளோரசன்ஸ் 'ஸ்பெக்ட்ரோமீட்டர் என்ற நிறமாலைமானிக்' கருவி ஆகும்.

நிலவில் வளிமண்டலம் இல்லை. எனவே சூரிய ஆற்றலின் எக்ஸ் கதிரும் நிலவில் படியும். இதனைப் பயன்படுத்தி எக்ஸ்ரே புளோரசன்ஸ் நிறமாலைமானிக் கருவி இயங்கும். சாதாரணச்

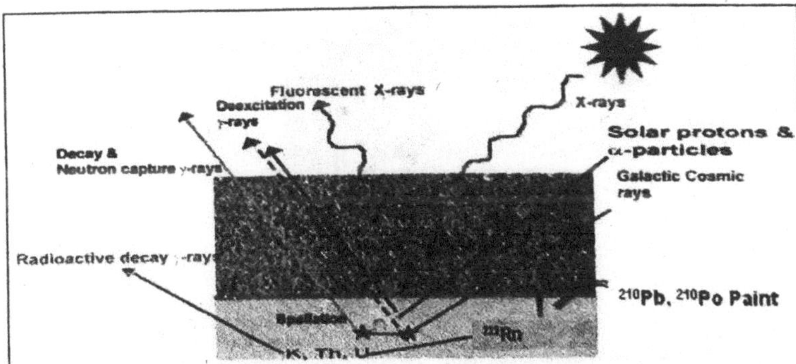

Radiation Environment of Moon

சூரியனிலிருந்து பரவும் எக்ஸ் கதிர் முதலிய நிலவில் பொதிந்துள்ள பொட்டாசியம், தோரியம் மற்றும் யுரேனிய தாதுக்களிடம் கீற்றொளியைத் தோற்றுவிக்கும். இதனை சந்திரயானில் உள்ள தொலை உணர் கருவி பதிவு செய்து நிலவின் முகத்தில் தாதுப் பரவலை வரைபடம் செய்யும்.

சூழலில் சூரியன் உமிழும் குறைவலிமை எக்ஸ்ரே வழி மாங்கனீசு, அலுமினியம், மற்றும் சிலிகான் போன்ற தாதுக்களை இனம் காணவியலும். சூரியப் புயல் போன்ற சமயத்தில் மிகு வலிமை எக்ஸ்ரே உருவாகும். அச்சூழலில் கால்சியம், இரும்பு, மற்றும் டைட்டானிய தாதுக்களை இனம் காணவியலும்.

நிலவில் கால்பதிக்காமலேயே, 100 கிலோமீட்டர் உயரத்தில் சுற்றிச் சுழலும் சந்திரயான்-1 இவ்வாறு நிலவின் தரைப்பரப்பின் வேதிப் பொருள் பரவலைப் படம் பிடித்தது.

எக்ஸ்கதிர் மட்டுமல்ல, அகச்சிவப்புக்கதிர் நிறமாலை மானி கருவி என பல தொலைவுணர்வு கருவிகள் சந்திரயானில் இருந்தன. இவை அனைத்தும் சற்றேறக்குறைய இதே தத்துவத்தில் செயல்படுபவைதாம். இக்கருவிகள்வழி நிலவின் தரைப்பரப்பில் பரவியுள்ள வேதிப்பொருட்களின் பரவலைக் கண்டுபிடித்துவிடலாம்.

சந்திரயானில் உள்ள தொலை உணர்வு தொழில்நுட்பக் கருவிகள்:-

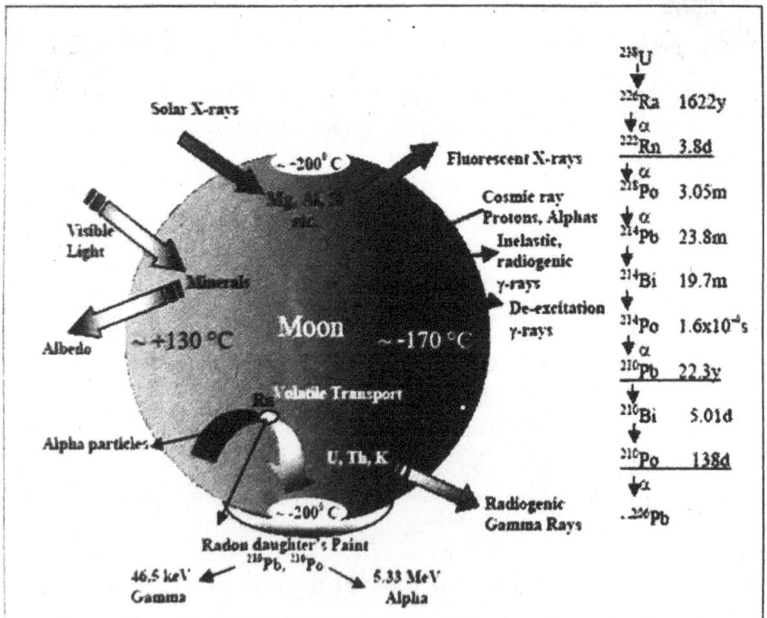

எக்ஸ் கதிர்கள், ஒளி, சூரியனிலிருந்து பரவும் ஆல்பா கதிர்கள், காமா கதிர்கள், காஸ்மிக் கதிர்கள் முதலியன நிலவில் பல விளைவுகளைத் தோற்றுவிக்கும். இதனை சந்திரயான் தனது தொலை உணர் கருவி வழி ஆராயும்.

கீற்றொளி நிறமாலை அளவி	:	மங்கனீசு. அலுமினியம். சிலிகான். டைட்டானியம். இரும்பு முதலிய ஒளிப் பரவலை இனம் காணுதல்
எக்ஸ்ரே-காமாரே நிறமாலை அளவி	:	பொட்டாசியம், யுரேனியம், தோரியம் போன்ற கதிரியக்கப் பொருட்களை இனம் காணுதல்
நியூட்ரான் நிறமாலை அளவி	:	ஹைட்ரஜன் அல்லது ஹைட்ரஜன் செறிவுள்ள மூலக்கூறுகள் (நீர் முதலிய) இனம் காணுதல்
புற ஊதா, ஒளி, அகச்சிவப்பு நிறமாலை அளவி	:	நில அமைப்பு. கரிமப் பொருட்கள், நீர், பனி முதலியவற்றை இனம் காணுதல்
எலக்ட்ரான் நிறமாலை அளவி	:	காந்தப்புலம் அறிதல்
டோப்ளர் நிறமாலை அளவி	:	நீர்ப்புசக்தி அளவிடல்
ரேடியோ போலாரிமெட்ரி	:	நீர்நிலம் ஆராய்தல்
பருப்பொருள் நிறமாலை அளவி	:	வாயுப்பொருட்களைப் பகுத்தாய்தல்
லேசர் தொலை அளவி	:	மலை, குன்று, பள்ளம் என நில அமைப்பை அளவிடல், ஈர்ப்பு சக்தி அளவிடல்

TMC எப்படி இயங்குகிறது

நிலப்பகுதி படம் பிடிக்கும் கேமிரா (*Terrain Mapping Camera*) நிலவின் தரைப்பரப்பை முப்பரிமாணப் படம் பிடிக்க இயலும் நவீன கருவியாகும். புகைப்பட கேமிராவால் இரு பரிமாண படம்தான் பிடிக்க இயலும். ஆனால் மூன்று

பரிமாணங்களை நீளம், அகலம், உயரம் காட்டும்படி படம் பிடிப்பது எப்படி?

உள்ளபடியே நமது கண்களால் பார்க்கும்போது ஏற்படும் காட்சியில் தொலைவு குறித்த அறிவு நமக்கு உள்ளது. இடம் வலம் உள்ள பொருள் மட்டுமல்ல அருகில் உள்ள பொருள் தொலைவில் உள்ள பொருள் என பகுத்து அறிய முடிகிறது. நம்மால் முப்பரிமாணக் காட்சியைக்

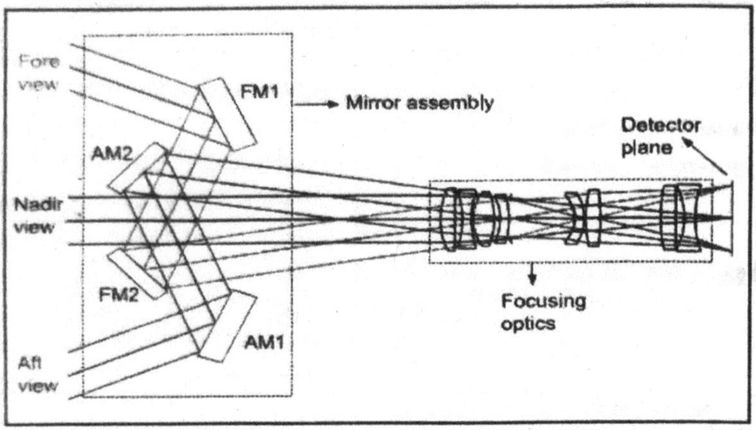

கேமிராவின் முன்பு சில ஆடிகள் பொருத்தப்பட்டிருக்கும். எனவே மூன்று கோணத்திலிருந்து ஒரு பொருளின் பிம்பம் கேமிராவில் பதியும். அதன்வழி அதன் முப்பரிமாண வடிவைப் படம் வரையலாம்.

காணவியலுகிறது. எப்படி? நமக்கு இரண்டு கண்கள் இருப்பதால்தான் இரு கண்களில் ஏற்படும் காட்சி ஒன்றுபோல இருக்கிறது. இரு காட்சியிலும் தோற்ற இடமாற்றுப் பிழை (Paralley) காணப்படும். இடது பக்கக் கோணத்திலிருந்து இடது கண்ணும் வலது கோணத்திலிருந்து வலது கண்ணும் காட்சிப்படுத்தும். நமது மூளை இரு காட்சிகளையும் ஒன்று சேர்த்துப் பகுத்து முப்பரிமாணக் காட்சியை ஏற்படுத்துகிறது.

சிவனுக்கு மூன்று கண்கள் என புராணம் கூறும். அது வெறும் புனைவு. TMC கேமிராவிற்கு உள்ளபடியே மூன்று கண்கள் மூன்று துளை உள்ளது. ஒரு துளை இடதுபுறமாக சாய்வாக இருக்கும். ஒன்று வலது நோக்கி சாய்வாக இருக்கும். ஒரு துளை நேராக இருக்கும். மூன்று துளைகளின் வழியாகவும் காமிரா ஒரு பொருளைப் படம் பிடிக்கும்.

சந்திரயான் நிலவின் மீது சுற்றி வரும்போது கேமிராவின் வலது துளை வழி படம் பிடிக்கும். அதே பகுதி சற்று நேரத்தில் நேர் துளைக்கு எதிரே வரும். அதுவும் படம் பிடிக்கப்படும். பின்னர் கண நேரத்தில் இடது துளையில் அதே பகுதி காட்சிப்படும். அதுவும் படம் பிடிக்கப்படும். அவ்வாறு ஒரே பகுதி மூன்று கோணத்தில் படம் பிடிக்கப்படும். இடது கடைக்கண் பார்வை, வலது கடைக்கண் பார்வை, நேர்பார்வை ஆகிய மூன்று கோணக் காட்சி படம் அதன் வழி ஒன்று குவிக்கப்படும். அவ்வாறு அந்தப் பகுதியின் முப்பரிமாணப்

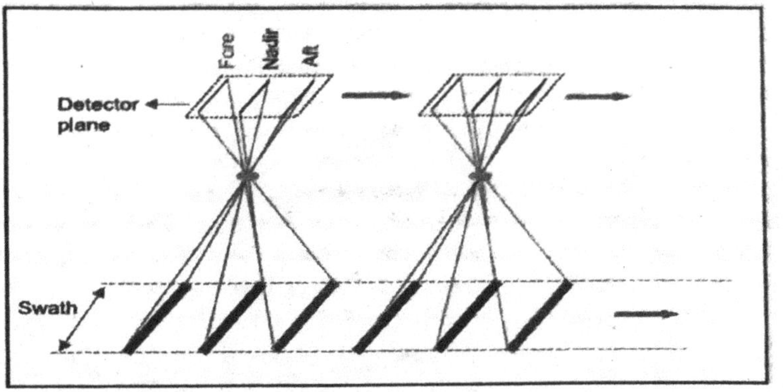

மூன்று ஆடிகளின் வழி எடுக்கப்படும் படங்கள் பதியப்பட்டு ஒன்று சேர்த்து ஆராயப்படும். அதன் வழி நிலவின் முகத்தினைப் படம் தீட்டுவர்.

படம் கிடைக்கும். இதன் வழி நிலவின் வரைபடம் மட்டுமல்ல முப்பரிமாணப் படம் தயாரிப்பது சந்திரயானின் முக்கிய இலக்கு

சந்திரயான் அறிவியல் ஆய்வுகள்

சந்திரயானில் மொத்தம் 11 அறிவியல் ஆய்வுக் கருவிகள் உள்ளன. இதில் ஆறு ஆய்வுக் கருவிகள் இந்தியாவில் தயாரிக்கப்பட்டவை. மீதமுள்ள ஐந்தும் வெளிநாட்டுக் கூட்டுறவின் அடிப்படையில் தருவிக்கப்பட்டவை.

சரிவிகிதமாக நிலவில் பொருட்கள் பரவிக் கிடக்காது. அங்கும் இங்கும் கட்டி கட்டியாகப் பொருட்கள் தேங்கிக் கிடக்கும். மேலும் நிலவின் தாழ் நிலங்களில் ஈர்ப்பு சக்தி சற்றே குறைவு. ஆனால் உயர்நிலப் பகுதிகளில் ஈர்ப்பு சக்தி சற்று அதிகம். எனவே ஒரே உயரத்தில் சந்திரயான் பாய்ந்து செல்லாது.

சந்திரயானின் உயரத்தை சீராக அளந்து பார்த்தால் நிலவின் உள்ளே உள்ள நிறை மாறுபாடுகளை அறியலாம். இதற்கு என இந்திய நிறுவனம் லேசர் உயர் அளவி (Altimeter) என்ற கருவியை வடிவமைத்துள்ளது.

LLRI (Lunar Laser Ranging Instrument) எனப்படும் இக்கருவியி லிருந்து லேசர் ஒளி நிலவை நோக்கிப் பாயும். நிலவில் பட்டுத் தெறிக்கும் ஒளியை உணரும் கருவியும் இருக்கும். ஒளிபாய்ந்து மறுபடி திரும்புவதற்கு எடுக்கும் கால அவகாசத்திலிருந்து சந்திரயான் உயரம் மதிப்பிடப்படும். இதன்வழி நிலவின் உள்ளே நிரை பரவலில் உள்ள வேறுபாடு அறியப்படும்.

TML(Terrain Mapping Camera) எனப்படும் நில அமைப்பு புகைப்பட கேமிரா சந்திரயானின் சிறப்பு. ஐந்து மீட்டர் குறுக்களவு கொண்ட பொருளைக்கூட இந்த கேமிராவினால் தெளிவாக இனம் காணவியலும். எனவே சிறு கிண்ணக்குழிகள் குறித்து ஆராய்ச்சி நடத்தலாம். மிகத் தெளிவாக இதுவரை கிடைக்காத அளவில் துல்லியமாக நிலவின் வரைபடத்தைத் தயாரிக்கலாம். அதுமட்டுமல்ல; ஏனைய கருவிகளின் உதவியுடன் *TML* முப்பரிமானப் படத்தைக்கூட நீட்ட முடியும் என்பது சிறப்பு. *HySI (Hyper Spectrm Image)* எனப்படும் நிறமாலை அளவி கொண்டு நிலவின் முகத்தில் படிந்துள்ள தாதுப்பொருட்கள் இனம் காணப்படும். இவற்றின் பரவல் ஆராயப்படும்.

இது தவிர எக்ஸ்ரே கீற்றொளி நிறமாலைமானி, மிகு உயர் ஆற்றல் காமா கதிர் நிறமாலைமானி *(CIXS; HEX)* முதலியவையும் நிலவின் மீதுள்ள தாதுப்பொருட்களை இனம் காட்டும்.

இவை அனைத்தும் இந்தியாவில் வடிவமைக்கப்பட்ட கருவிகள்.

இது தவிர நிலவின் முகத்திலிருந்து ஆவி பறக்கும் அணுக்களை ஆராய *SARA* என்ற கருவியை ஐரோப்பிய விண்வெளித் துறையுடன் கூட்டுத் தயாரிப்பு செய்துள்ளனர்.

Moon Minarolgical Mapper எனப்படும் தாது பரவல் கணக்கிடும் கருவி நாசா *(NASA* அமெரிக்கா) உடன் கூட்டுத் தயாரிப்பு ஆகும். *SIR-2* எனப்படும் சிறப்பு நிறமாலை மானி கருவி போலந்து, ஜெர்மனி முதலியவற்றோடு உருவாக்கப்பட்ட கருவி.

Mini SAR எனப்படும் ராடார் கருவி நாசா *(NASA)* உடன் கூட்டுத் தயாரிப்பு. இந்த ராடார் கருவி வழி நிலவின் மூலை முடுக்கெல்லாம் ஆராயலாம்.

சூரிய ஒளி படரும் பகுதியைத்தான் கேமிரா, நிறமாலைமானி முதலியவை ஆராய முடியும். ஆனால் சூரிய ஒளியே படராத துருவ கிண்ணக்குழிகளை *Mini SAR* எனப்படும் ராடார் கருவியால் ஆராய இயலும்.

பல்கேரியாவுடன் கூட்டுத் தயாரிப்பில் உருவான *RADOM*-7 என்கிற கருவி நிலவின் அருகே உள்ள கதிர்வீச்சுப் புலத்தை ஆராய உதவியது.

20

சந்திரயான் 100

சந்திரயான் ஏவப்பட்ட 100 நாட்களிலேயே 50,000 புகைப்படங்களுக்கு மேலாக அனுப்பியது குறிப்பிடத்தக்கது.

நிலவில் உள்ள மேரிடஸ் கிண்ணக்குழி சுமார் 5 மீட்டர் குறுக்களவுள்ள பொருட்களைக் கூட இனம் காண வல்ல TMC கேமிரா சந்திரயானில் உள்ளது.

அதாவது நாள் ஒன்றுக்கு 500 புகைப்படங்கள்! இவ்வளவு அளவு தரவுகளை இதுவரை எந்த விண்கலமும் சாதிக்கவில்லை என்பது மேலும் சிறப்பு ஆகும்.

நிலவை அடைந்ததும் அங்கு உள்ள கடுமையான தட்ப வெப்ப நிலைக்கு உட்படுத்தி, தாங்கிச் செயல்படும் விண்கலம் என்பதும் சாதாரண விசயமல்ல, சந்திரயான் நிலவின் பகல் பகுதியில் பாயும்போது சூரியனின் சுட்டெரிக்கும் வெயிலில் வலுப்படும். நிலவு உமிழும் அகச்சிவப்புக் கதிர்வீச்சும் தாக்குதல் தொடுக்கும். அதேசமயம் நிலவின் பின்புறம் உறைய வைக்கும் கடும் குளிர். கண நேரத்தில் கடும் வெள்ளத்திலிருந்து கடும் குளிருக்கு மாறும் விண்கலம். ஆயினும் அதனைச் சமாளித்து இயக்குவது பெரும் போற்றுதலுக்கு உரியதே ஆகும்.

சந்திரயானின் 100வது நாளான ஜனவரி 29, 2009 அன்று இந்தியா மற்றும் அயல்நாட்டு விஞ்ஞானிகள் சந்திரயானின் சாதனைகளை விளக்கியிருந்தனர்.

C1XS நிறமாலைமானியும் நாம் எதிர்பார்த்தது போல இயங்கி உள்ளது. டிசம்பர் 12 அன்று ஏற்பட்ட சூரியத் தீப்பிழம்பில் உருவான எதிர்க் கதிர்கள் நிலவைத் தாக்கின. அப்போலோ தரையிறங்கிய பகுதியில் படிந்த *X* கதிர்களின் பிரதிபலிப்பை

CHANDRAYAAN1: 3D-VIEW OF MOON

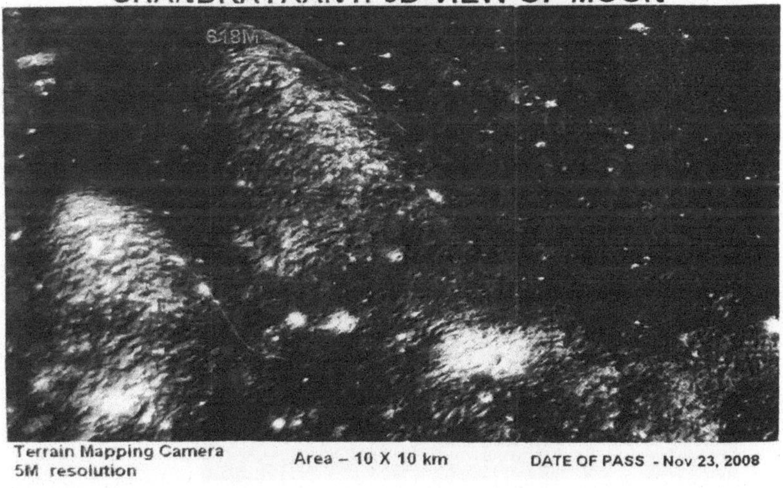

Terrain Mapping Camera
5M resolution

Area – 10 X 10 km

DATE OF PASS - Nov 23, 2008

லேசர் உயர அளவி கொண்டு நிலவின் முப்பரிமாணப் படம் தயாரிக்கலாம்.

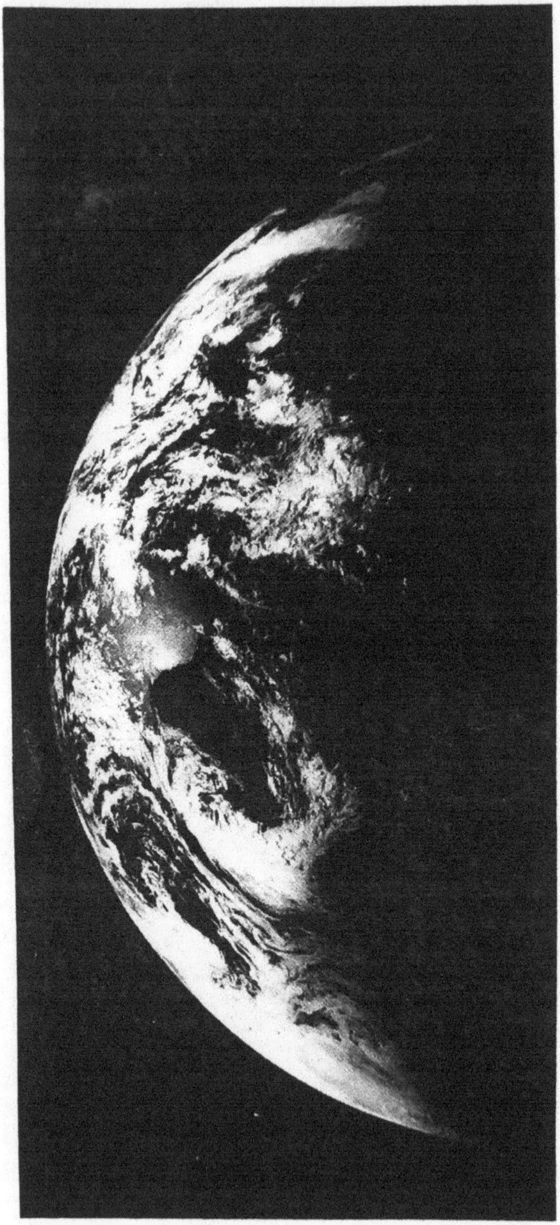

நிலவை நோக்கிச் செல்கையில் சந்திரயான் எடுத்த புவியின் படம். வழியிலேயே அதன் TMC கேமிரா முடுக்கப்பட்டு பரிசோதிக்கப் பட்டது.

C1XS கருவி படம் பிடித்ததுப் பகுத்து ஆராய்ந்துள்ளது. சுமார் 3 நிமிடம் வரை இவ்வாறு எசிங் கதிர் படியப் படிய *C1XS* கேமிரா படம் எடுத்துப் பகுத்து ஆராய்ந்துள்ளது. அப்போலோ பகுதியின் வேதித் தன்மை இதன்வழி புலனாகியுள்ளது.

அதுபோல இந்தியா தானாகவே தயாரித்த *TMC* கேமிரா பழுதில்லாமல் செயல்பட்டுள்ளது. சுமார் 5 கி.மீ பிரிதிறன் உடைய புகைப்படங்கள் கிட்டியுள்ளன. இதன்வழி 5 கி.மீ அளவே உடைய நிலாவின் நிலக்கூறுகளைப் பகுத்து ஆராய முடியும். இதுவரை 100 கி.மீ பிரிதிறன் மட்டுமே ஏனைய விண்கலங்கள் பெற்றிருந்தன என்பது குறிப்பிடத்தக்கது.

சந்திரயான் திட்டத்திற்கு சுமார் 386 கோடிதான் செலவினம். ஆனால் ஏனைய நாட்டுத் திட்டங்கள் 5-6 மடங்கு அதிக செலவினம். இந்தியாவின் செலவு சுமார் 800 லட்சம் அமெரிக்க

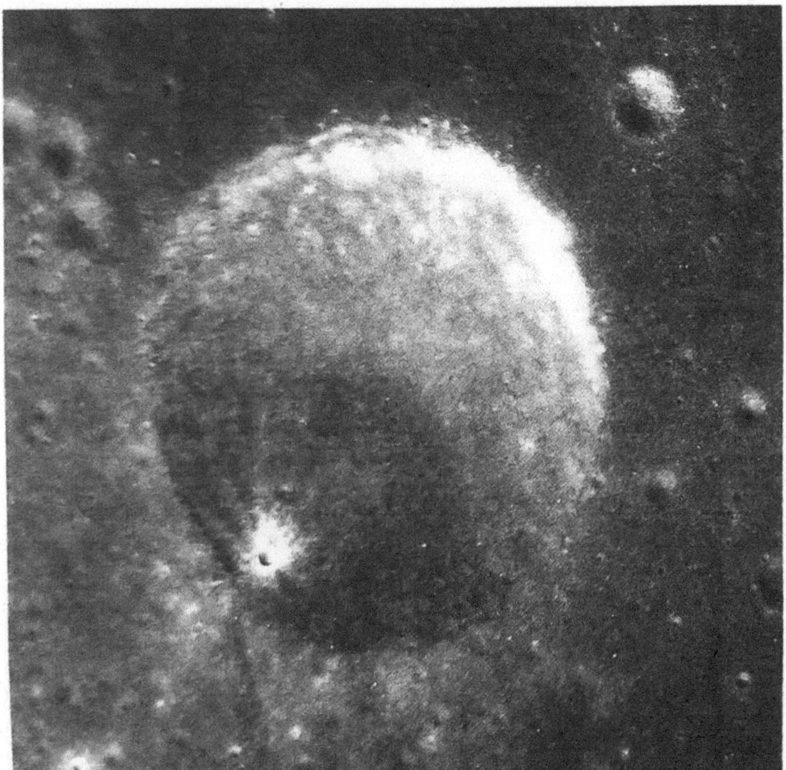

மிகத் துல்லியமாகச் சந்திரயான் எடுத்த நிலவு கிண்ணக்குழி படம்.

நிலாக்கற்கள்

அண்டார்டிகாவில் 1990ல் இனம் காணப்பட்ட விண்கற்கள் MAC 88104, MAC 88105 முதலியவை நிலவிலிருந்து வந்தது என அறியப்படுகிறது. சுமார் 30,000 ஆண்டுகளுக்கு முன்பு இவை பூமியில் விழுந்தன. பல லட்சம் ஆண்டுகளாக வானில் பவனி வந்து இவை புவியில் விழுந்துள்ளன. நிலவை மோதிய விண்பாறை பட்டு விண்ணில் தெறித்தவை இந்தக் கற்கள்.

டாலர். ஐரோப்பிய SMART 1800 லட்சம், சீனா 1800 லட்சம், ஜப்பான் 4870 லட்சம் என செலவினம் செய்துள்ளது கவனத்தில் கொள்ளத்தக்கது. எனவே குறைந்த செலவில் ஆய்வு நடத்த முடியும் என்பதையும் இஸ்ரோ சாதித்துக் காட்டியுள்ளது குறிப்பிடத்தக்கது.

M3 எனப்படும் கருவி வழி நிலவின் பரப்பில் இரும்பு மிகுந் துள்ள கற்கள் இனம் காணப்பட்டுள்ளதும் குறிப்பிடத்தக்கது.

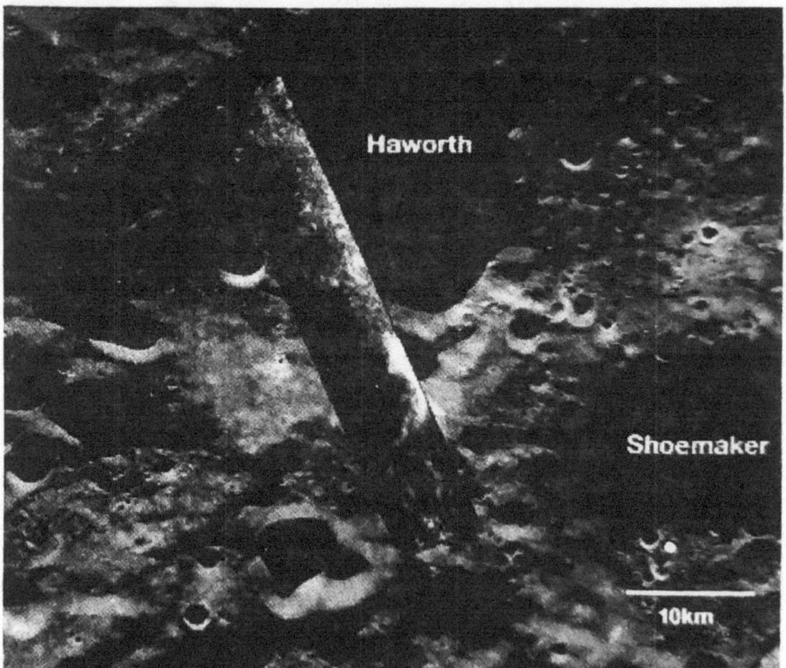

பத்து கிலோ மீட்டருக்கும் குறைவான பகுதியைக்கூட சந்திரயானால் படம் எடுக்க இயலும். இங்கு ஷூ மேக்கர் மற்றும் ஹாவர்க் கிண்ணக்குழிகள் புலப்படுகின்றன.

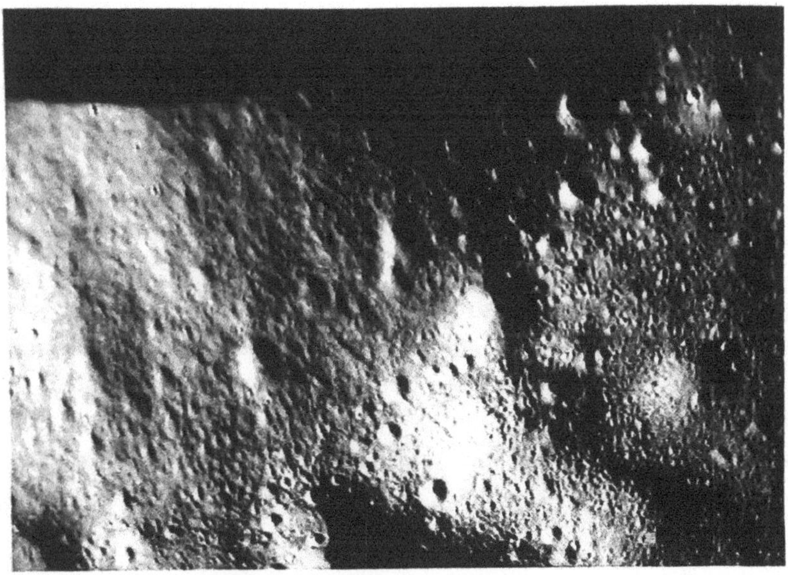

MIP எடுத்த ஒரு அரிய புகைப்படம்.
சிறுசிறு கிண்ணக்குழிகளைக் காணலாம்.

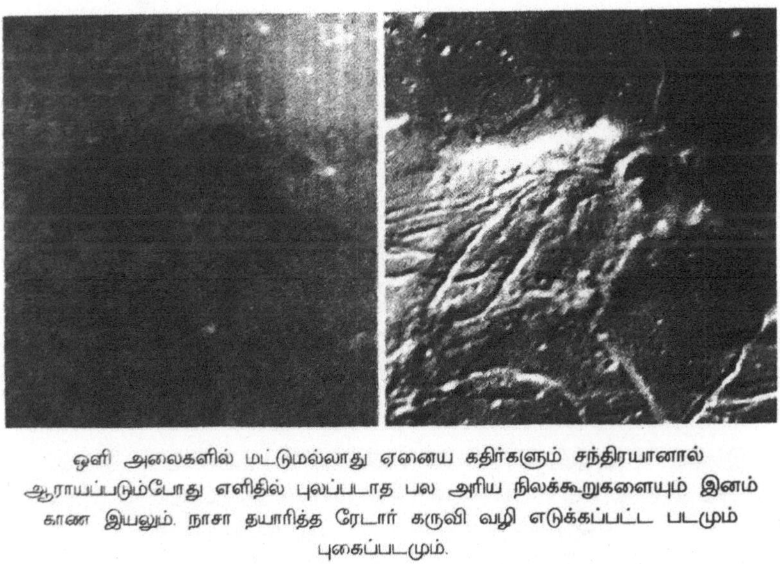

ஒளி அலைகளில் மட்டுமல்லாது ஏனைய கதிர்களும் சந்திரயானால் ஆராயப்படும்போது எளிதில் புலப்படாத பல அரிய நிலக்கூறுகளையும் இனம் காண இயலும். நாசா தயாரித்த ரேடார் கருவி வழி எடுக்கப்பட்ட படமும் புகைப்படமும்.

21

சந்திரயான் II-ஐ நோக்கி

சமீபத்தில்தான் சீனாவின் சாங்கே விண்கலம் தன் பணியை முடித்து நிலவில் மோதியது. அமெரிக்காவின் ஜனார் ஆர்பிடர் ஏவப்பட்டுள்ளது. ரஷ்யா நிலவில் பயணம் செய்யும் இயந்திர கார் ரோபோவைத் தயாரித்து ஏவ உள்ளது. ஏனைய சில நாடுகளுடன் கூட்டு ஆய்வும் நடத்த உள்ளது. ஐரோப்பிய விண்வெளித் துறைக்கு வெளியே ஜெர்மனியும் இங்கிலாந்தும் நிலவுக்குக் கலம் அனுப்பத் திட்டமிட்டு வருகின்றனர்.

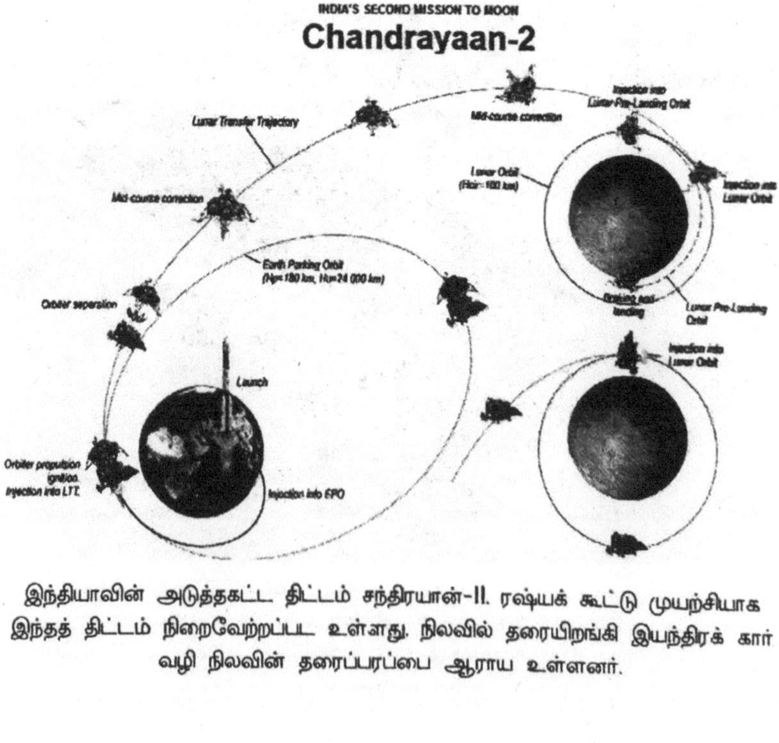

இந்தியாவின் அடுத்தகட்ட திட்டம் சந்திரயான்-II. ரஷ்யக் கூட்டு முயற்சியாக இந்தத் திட்டம் நிறைவேற்றப்பட உள்ளது. நிலவில் தரையிறங்கி இயந்திரக் கார் வழி நிலவின் தரைப்பரப்பை ஆராய உள்ளனர்.

சந்திரயான்-1இன் வெற்றிக்குப் பிறகு இந்தியா சந்திரயான்-II திட்டத்தை அமுல்படுத்த இருக்கிறது. 2011 அல்லது 2012-ஆம் ஆண்டு இது நிலவை அடையும் எனத் திட்டமிடப்பட்டுள்ளது.

ரஷ்யாவின் ராஸ்காஸ்மாஸ் என்ற துறையுடன் இணைந்து கூட்டாக சந்திரயான்-II தயாரிக்கப்படும். சந்திரயானின் II மெல்ல முத்தமிட்டபடி நிலவின் தரையில் கால் பதிக்கும். அதில் அங்கும் இங்கும் சென்று ஆராயும் வகையில் மோட்டார் கார் போன்ற இயந்திர ரோபோட் வாகனம் இருக்கும். 58 கிலோ எடையுடன் ஆறு சக்கர வாகனம் நிலவின் தரைப்பரப்பில் வளர்ந்து சென்று ஆராயும் என திட்டமிட்டுள்ளது.

நிலவின் தரைப்பரப்பில் உள்ள கனிம தாதுப்பொருட்களை சந்திரயான்-II ஆராயும். அதன் பின் 20-25க்குள் இந்தியரை ஏந்திய மனித விண்கலம் நிலவுக்குச் செல்லும் என இஸ்ரோ அறிவித்துள்ளது.

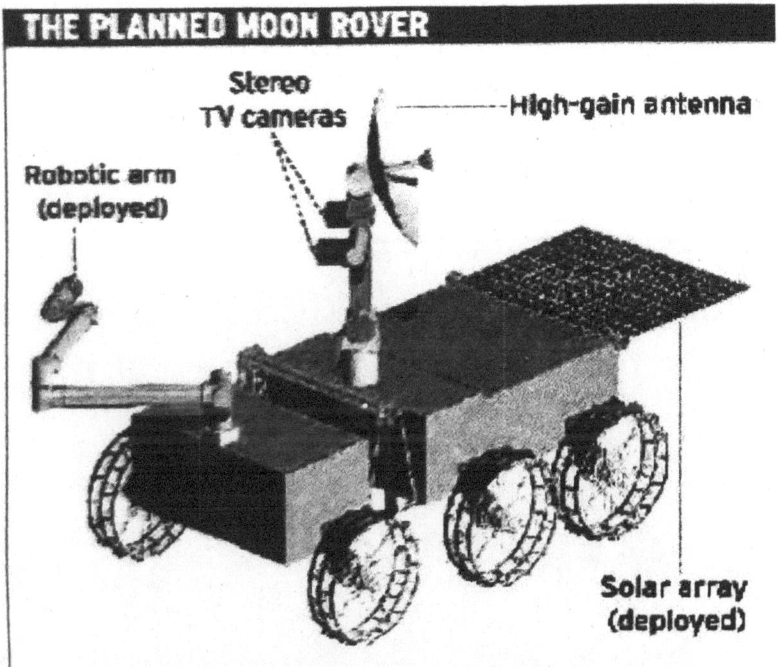

ரஷ்ய உதவியுடன் தயாரிக்கப்பட உள்ள சந்திராயன்-II நிலவுக்கார். இதில் ரோபோ இயந்திர கரம் இருக்கும். நிலவின் கல், மண் பரிசோதனை செய்ய இயலும்.

இந்தியா மட்டுமல்ல; ஜப்பான், ஐரோப்பா, சீனா, அமெரிக்கா என பல நாடுகள் நிலவு நோக்கிப் புது ஆர்வம் காட்டி வருகின்றனர். அடுத்த சில ஆண்டுகளில் பற்பல விண்கலங்கள் நிலவு நோக்கிப் பயணம் போகத் திட்டமிடப்பட்டுள்ளன. இந்தியா போன்றே சீனாவும் சாங்கே என்ற தனது நிலவுப் பயணத் திட்டத்தை அறிவித்துள்ளது.

நிலவு நோக்கிய பயணம் முதலில் அறிவியல் பயணம். அதன் பயனாகப் பற்பல அரிய அறிவியல் அறிவு பிறக்கிறது. புதிய புதிய செய்திகள் நமக்குக் கிடைக்கின்றன. மனிதர்களாகிய நாம் அறிவுப் பசியோடு உள்ளோம். இந்த அறிவுப் பசிக்குத்தான் இப்பயணங்கள் தீனி போடுகின்றன.

அறிவுப்பசியோடு சேர்ந்து நிலவு ஆய்வு எதிர்காலத்தில் பொருளாதாரப் பயன்தரும் எனவும் அறிஞர்கள் எதிர் பார்க்கின்றனர்.

உலகில் உள்ள ஏழு கண்டங்களைப் போல நிலவு எட்டாவது கண்டம் என சில அறிஞர்கள் குறிப்பிடத் துவங்கி உள்ளனர். நிலவில் குடிபுகுந்து நாடு நகர் படைப்பது வேண்டுமெனில் இன்று அறிவியல் புதுமையாகப் புலப்படலாம். ஆனால் நிலவின் இயற்கை வளத்தை நுகர்ந்து பயன்பெறுவது சாத்தியக்கூறுதான். நிலவின் பொடி மணல் ரிகோலித் ஹீலியம் 3 செறிவுள்ள பொருள். நிலவிலிருந்து இரண்டு டன் ஹீலியம் 3 சேகரித்தால்

நிலவின் கனிம வளங்களை நுகரும் வாய்ப்பு புலப்படுவதாலேயே நிலவுக்கு அடித்துள்ளது இரண்டாம் தேன் நிலவு யோகம். பல நாடுகள் நிலவை நோக்கித் திட்டம் தீட்டியுள்ளனர்.

போதும். ஓர் ஆண்டிற்கு இந்தியாவிற்குத் தேவையான ஆற்றலைப் பெற்று விடலாம். ஆண்டிற்கு ஒருமுறை நிலவு சென்று வந்தால் போதும். இதனைத் தோண்டி எடுத்து விடலாம் என்கின்றனர் விஞ்ஞானிகள்.

பூமியில் ஹீலியம் 3 மிக மிக அரிது. நமக்கு அடுத்த கோள் - நிலவில் செறிவு. எனவே 2020க்குள் ஹீலியம் 3-ஐ வெட்டி எடுப்பது எங்கள் குறிக்கோள் என ரஷ்ய விண்வெளித் துறை அறிவித்துள்ளது. சீனாவும் தனது நிலவுத் திட்டத்தின் இலக்காக ஹீலியம் 3-ஐ குறி வைத்துள்ளது.

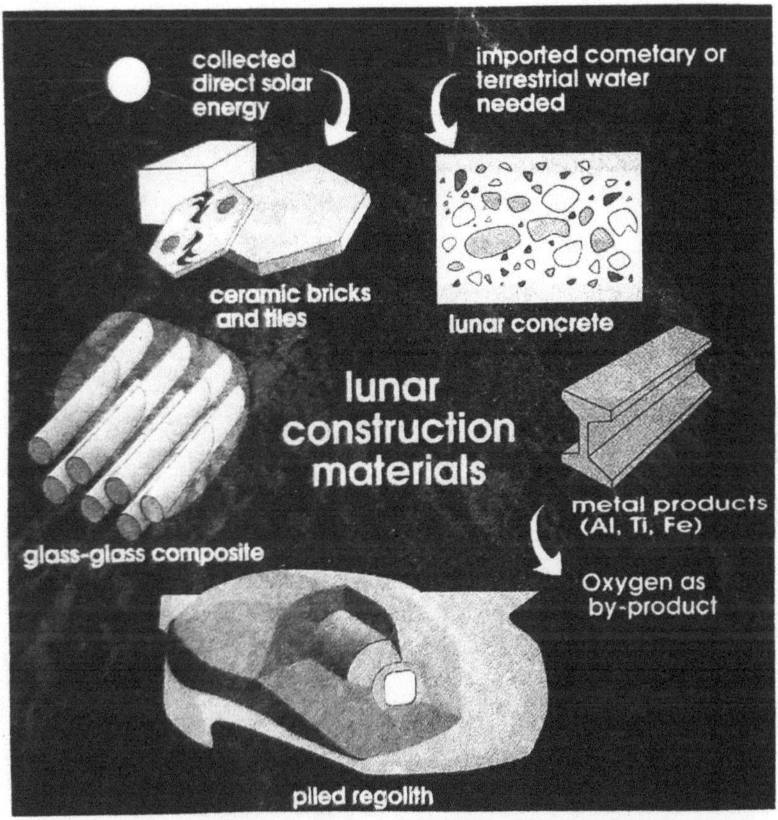

வால் நட்சத்திரங்கள் பனிக்கட்டி வடிவில் நிலவில் கொட்டியிருக்கும் நீர் எடுக்கலாம். நிலவின் ரிகோலித் தூசு கொண்டு அலுமினியம், இரும்பு மட்டுமல்ல; ஆக்ஸிஜன் உருவாக்கலாம். கண்ணாடி முதற்கொண்டு பல கட்டுமானப் பொருட்களைத் தயாரிக்கலாம்.

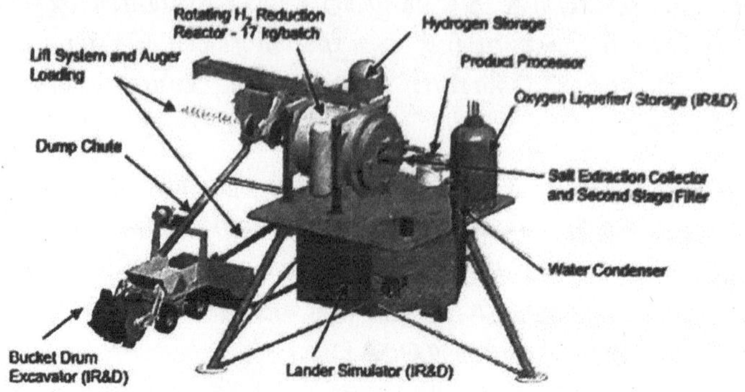

PILOT – Precursor ISRU Lunar Oxygen Testbed

ரிகோலித்தை இடுபொருளாகக் கொண்டு சூரிய ஆற்றலைப் பயன்படுத்தி பல பொருட்களைத் தயாரிக்க தானே இயங்கும்படியான இயந்திரங்களை வடிவமைக்கும் முயற்சியில் பல நாடுகள் ஈடுபட்டு வருகின்றன.

எயட்கஸ் கிண்ணக்குழி போன்ற நீர்ப்பிடிப்பு சாத்தியமுள்ள பகுதிகளில் நிலா குடியிருப்பு சாத்தியம் என கனவு காண்கின்றனர் விஞ்ஞானிகள்.

அது மட்டுமல்ல நிலவின் துருவப் பகுதியில் நீர் இருந்தால் அது நிலவில் குடியிருப்பை ஏற்படுத்த உதவிகரமாக இருக்கும். நிலவின் பொடி மணலில் உள்ள ஆக்ஸிஜனைப் பிரித்தெடுத்து பயன்படுத்தலாம். நிலவில் உள்ள அலுமினியம், இரும்பு முதலியன வற்றையும் பல கட்டுமானப் பணிகளுக்குப் பயன்படுத்தலாம். வினாடிக்கு 2.38 கி.மீ மட்டுமே விடுபடு வேகம் உடைய நிலவிலிருந்து வேறு கோள்களுக்கு விண்கலம் எளிதில் ஏவலாம்.

நிலவில் பல வாய்ப்புகள் தெரிகின்றன. எனவேதான் நிலவு குறித்த ஆய்வு மறுபடியும் சூடு பிடித்துள்ளது. நிலவை நோக்கிப் பல நாடுகள் நடைபோடத் துவங்கியுள்ளனர்.

நிலவைப் பார்த்துக் கொண்டே நடந்தால் நிலவு நம்முடன் பயணம் வருவதுபோல தோற்றம் அளிக்கும். இன்று உள்ளபடியே நிலவை நோக்கிய நமது பயணத்தை நாம் துவக்கியுள்ளோம்தான்.

22

சந்திரயான் தோல்வியா?

பல ஆண்டு காலம் இயங்கி நிலவை ஆராயும் என்று எதிர்பார்க்கப்பட்ட சந்திரயான் திடீர் என்று ஆகஸ்டு 29, 2009 அன்று செயலிழந்தது. விஞ்ஞானிகளும் மக்களும் வருத்தத்தில் ஆழ்ந்தனர். அதுவரை நன்கு இயங்கிய சந்திரயான் திடீர் என பழுதுபட்டதில் நமது திட்டத்திற்குத் தோல்வியோ எனவும் அச்சமுற்றனர்.

ஆனால் மெய்யாக சந்திரயான் திட்டமிட்டபடி நிலவினை புகைப்படம் எடுத்து ஆராய்ந்துவிட்டது. நமது இலக்கில் 95% வெற்றியை எட்டிவிட்டோம் என இஸ்ரோ தலைவர் திரு. மாதவன் நாயர் அறிவித்தார்.

உள்ளபடியே சந்திரயான் மிக முக்கியமான கண்டுபிடிப்பை நிகழ்த்தியிருந்தது. ஆனால் அறிவியல்பூர்வமான ஆய்வுகள் மேற்கொண்டு தகவல் சரிபார்க்கப்படும் வரை காத்திருக்க வேண்டும் எனும் அறிவியல் நெறிக்கு ஏற்ப அந்தத் திடுக்கிடும் முடிவை இஸ்ரோ அறிவிக்கவில்லை.

ஆம். அந்தத் திடுக்கிடும் கண்டுபிடிப்பு - நிலவில் நீர்.

அமெரிக்க நாசா விண்வெளிக் கழகம் வடிவமைத்த வி3 எனப்படும் நிலவின் கனிமவள ஆய்வுக் கருவி நிலவில் நீரின் தடயத்தைக் கண்டு உணர்ந்து புரட்சி ஏற்படுத்தியிருந்தது. அதேபோல இந்தியாவின் மூன் இம்பாக்டர் எனப்படும் MIP நிலவை மோதிய சேய்கலமும் நவம்பர் 2008இல் நீர்த் தடயத்தை கண்டு தெளிந்திருந்தது. உள்ளபடியே இது நீர்தானா என உறுதிப்படுத்தவே விஞ்ஞானிகள் பல மாதம் காத்துக் கிடந்தனர். கடைசியாக செப்டம்பர் 2009இல் நீர் கண்டுபிடிப்பு குறித்த அறிக்கை வெளியிடப்பட்டு உலகமே வியப்பில் ஆழ்ந்தது.

நிலவில் நீரே இருக்காது என விஞ்ஞானிகள் கருதவில்லை. சந்திரயான் திட்டத்தின் ஒரு முக்கிய குறிக்கோள் நிலவில் நீரைக் கண்டுபிடிப்பதுதான். ஆகவே நிலவில் நீர் ஒன்றும் அவ்வளவு வியப்பான விசயமல்ல. அதேசமயம் நிலவில் கடல், ஏரி, ஆறு,

துணை துணைக்கோள்?

பூமிக்குத் துணைக்கோள் நிலவு. நிலவுக்குத் துணைக்கோள் உண்டா?

உள்ளபடியே நிலவைப் போல, பூமிக்கு இரண்டாவது துணைக்கோள் உண்டு என ஜுல்ஸ்வெர்ன் தனது புதினத்தில் கற்பனை செய்திருந்தார். 1961இல் கொர்டைல்வாஸ்கி (Kordylewski) எனும் போலந்து வானவியல் அறிஞர், பூமி நிலவுப் பாதையின் லக்கிராஞ்சே புள்ளி அருகே சிறு சிறு கற்கள். பாறைகள் குவிந்து சிறிய துணைக்கோள் இருக்கலாம் என்ற கருத்தை வெளியிட்டார். B,C என்ற புள்ளிகள் 60 டிகிரி கோண தொலைவில் உள்ள லக்கிராங்சே புள்ளிகள். Aவில் நிலவு அமையும்போது B,C புள்ளிகளில் சிறு துணைக்கோள் இருக்கலாம் என கருத்து தெரிவித்தார்.

புளூட்டோவைக் கண்டுபிடித்த கிளைடு டாம்பக் (CludeTombough) என்பவர் இப்பகுதியைச் சல்லடை போட்டுத் தேடியும் எந்தக் கோள்களும் தட்டுப்படவில்லை. 15 அடி அளவு பாறைகள் கூட இல்லை என்பது தெளிவாகியது. அதுமட்டுமல்ல, நிலவைச் சுற்றி ஏதாவது துணைக்கோள் உள்ளதா எனவும் பாம்பாக் தேடினார். அதுவும் தோல்வி. நிலவைச் சுற்றி 15 அடிக்கும் மேல் பெரிய உருவமுடைய பொருள் எதுவுமில்லை என்பது தெள்ளத் தெளிவாகிறது.

குளம், குட்டை ஏன் நீர் தேங்கிய குழிகூட இல்லை. நீர் ஒன்றும் உங்களுக்குப் புலப்படுவது போல திரட்சி பெற்று இல்லை. எனினும் விஞ்ஞானிகள் - நிலவில் நீரைக் கண்டது குறித்துப் பெருமை கொள்வது ஏன்?

உள்ளபடியே அப்போலோ மற்றும் லூனா ஆய்வுகள் வழி பெறப்பட்ட நிலவின் மண்-கல் மாதிரிகளில் நீருக்கான தடயம் எதுவும் புலப்படவில்லை. அதுமட்டுமல்ல, ஆவியாகக்கூடிய பொருட்களின் சாயல்கூட புலப்படவில்லை. எனவே நிலவின் கல், மண் ஆகியவை நீர் அற்ற மிகு வறண்ட பாலை என்ற கருத்து நிலவி வந்தது.

ஆனால் 1994இல் ஏவப்பட்ட கிலிமைன்டைன் ஆளும் அமெரிக்க நிலவுக்கலம் நிலவில் நீர் இருக்கலாம் என்ற யூகத்தைத் தூண்டியது.

கிலிமைன்டைன் நிலவு மீது ரேடியோ அலைகளைப் பரப்பியது. நிலவில் பட்டுத் தெறித்த இந்த ரேடியோ அலைகளை வகுத்து ஆராய்ந்தபோது நிலவில் பனிக்கட்டியாக – அதுவும் குறிப்பாக துருவப் பகுதிகளில் நீர்திரட்சி பெற்று இருக்கக் கூடும் என்னும் கருத்து உருவானது.

புவியில் நீர் புகுந்தது எப்படி? இதுவரை புவியின் உள் இருந்து எரிமலை வழி நீராவி வெளியேறி வாயு மண்டலத்தில் படர்ந்து மழை பொழிந்து கடல்கள் உருவாயின என்ற கருத்து நிலவி வந்தது. ஆனால் புவியின் தொடக்க நிலையில் புவி மிகு உயர்வெப்பத்தில் இருந்தது. அந்த வெப்பநிலையில் நீர் மூலக்கூறு உடைபட்டு ஆக்ஸிஜன், ஹைடிரன் என வேறுபட்டுப் போய் இருக்கும். எனவே புவியின் உள்ளிருந்து வெளிவந்த நீராவி நீராகத் தொடர்ந்து அமைந்திருக்க முடியாது. எனவே இந்தக் கருதுகோள் ஏற்புடையதல்ல என்ற தெளிவு பிறந்தது. பின்னர்தாம் உள்ளபடியே வால் நட்சத்திரங்கள்தாம் புவிக்கு நீர் எடுத்துவந்த 'பகீரதன்' என்ற தெளிவு ஏற்பட்டது. சுமார் 3.9 பில்லியன் வருடத்திற்கு முன்பு பெருமளவு வால் நட்சத்திரங்கள் புவி

நிலவின் நீர்ப்பசை - எந்த வகை?

உள்ளபடியே நீர் என்பது இரண்டு ஹைடிரஜன் மற்றும் ஒரு ஆக்சிஜன் அணு விளைந்த H_2Oன் மூலக்கூறு ஆகும். ஆனால் நிலவில் காணக் கிடைக்கும் ஈரப்பசை உள்ளபடியே H_2O அல்ல. பெருமளவு OH எனப்படும் ஹைடிராக்லிசல் வகை ஆகும். நீர்மூலக்கூற்றில் ஒரு ஹைடிரஜன் குறைந்து அமையும் OH தான் ஹைடிராக்சைல். களிமண் போன்ற புவிச்சூழலில் இத்தகு OH வகை ஈரப்பசை காணப்படும். OHஇலிருந்து எளிதாக H^2Oவை உருவாக்கலாம்.

மற்றும் நிலவில் மோதின. இதன் தழும்புகளே நிலவில் கின்னக்குழிகளாகக் காட்சி அளிக்கின்றன. புவியிலும் இதுபோன்ற கிண்ணக்குழிகள் ஏற்பட்டன. ஆனால் புவியின் வளிமண்டல - நீர் இயக்கத்தால் இந்தத் தழும்புகள் மறைந்தன. நிலவில் வளிமண்டலம் மழை வெள்ளப்போக்கு - மண் அரித்தல் போன்ற நிகழ்வுகள் இல்லை. எனவே அங்கு தழும்புகள் மறையாமல் – மங்காமல் துலங்குகிறது.

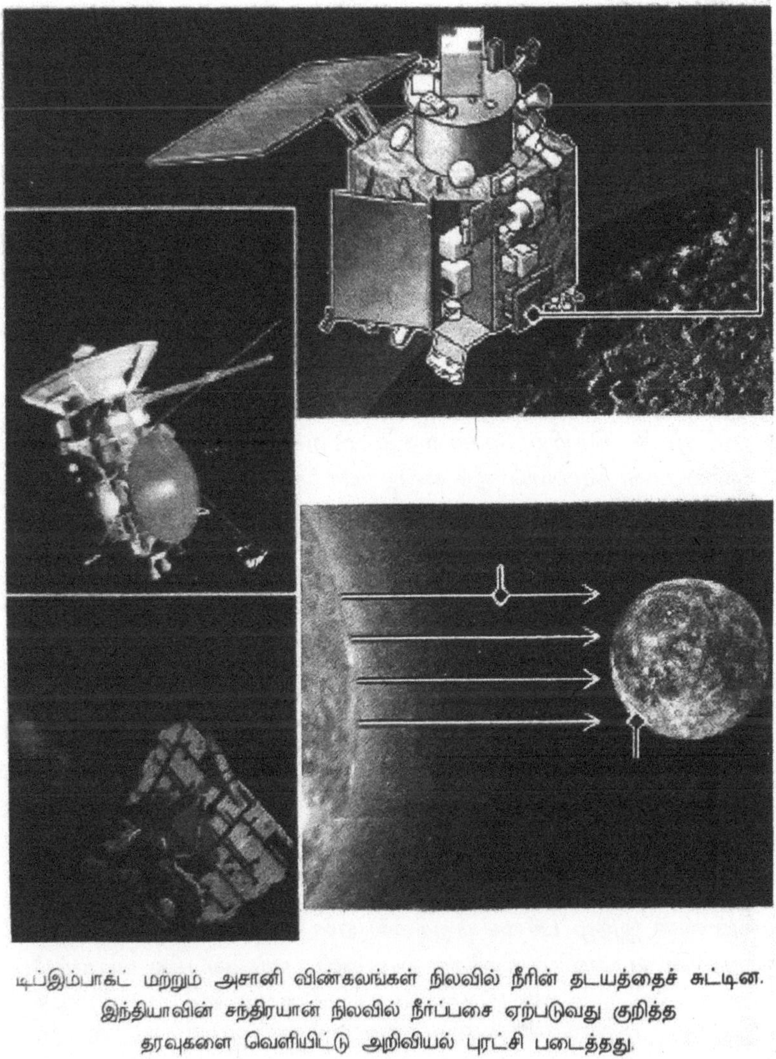

டீப்இம்பாக்ட் மற்றும் அசானி விண்கலங்கள் நிலவில் நீரின் தடயத்தைச் சுட்டின. இந்தியாவின் சந்திரயான் நிலவில் நீர்ப்பசை ஏற்படுவது குறித்த தரவுகளை வெளியிட்டு அறிவியல் புரட்சி படைத்தது.

வால் நட்சத்திரத்தில் பாதிக்குப் பாதி நீர்தான். இவ்வாறுதான் புவியில் நீர் குவிந்தது என இன்று அறிவியலாளர்கள் கருதுகின்றனர். நிலவிலும் இதுபோல நீர் வந்து குவிந்திருக்க வேண்டும். ஆனால் நிலவின் ஈர்ப்புசக்தி குறைவு. புவிபோல் வளிமண்டலம் இல்லை. எனவே நீர் சூரிய வெப்பத்தால் ஆவியாகும்போது உயர்ந்து நிலவிலிருந்து விடுபட்டு விண்வெளியில் பரவி அமிழ்ந்து போனது.

ஆனால் நிலவில் துருவப் பகுதிகளில் அங்கும் இங்கும் இருள், நிழல் பகுதியில் திட்டுத்திட்டாகப் பனி வடிவில் நீர் இருக்கலாம் என்ற கருத்து உருவானது. கிளைமன்டைன் தடயத்திற்குப் பிறகு இக்கருத்து வலுப்பெற்றது.

எனவேதான் 1996ல் நாசா லூனார் பிராஸ்பெக்டர் எனும் விண்கலத்தை நிலவு நோக்கி ஏவியது. இதில் நியூட்டன் ஸ்பெக்டிரோமீட்டர் - அல்லது நியூட்டன் நிறமாலை அளவி அமைக்கப்பட்டிருந்தது. நிலவில் எங்கெல்லாம் ஹைடிரஜன் செறிவு உள்ளதோ அப்பகுதியை இக்கருவி சுட்டிக்காட்ட வல்லது. நீர் என்பது ஆக்சிஜன் மற்றும் ஹைட்ரஜன் அடங்கிய (H_2O) மூலக்கூறு. எனவே நீர்ப் பகுதியையும் இது சுட்டும்.

ஆம்! லூனார் பிரஸ்பெக்டரும் துருவப் பகுதியில் பெருமளவு ஹைட்ரஜன் செறிவு உள்ளதை உறுதிப்படுத்தியது. இதனால் நிலவில் பனி வடிவில் நீர் என்ற கருத்து மேலும் வலுப்பெற்றது.

இந்தப் பின்னணியில்தான் டிப்இம்பாக்ட் மற்றும் அசானி முகயை விண்கலங்கள் தமது இலக்கு நோக்கிப் போகும்போது வழியில் நிலவு குறித்து ஆராய்ந்தன. இவையும் நீரின் தடயத்தை நிலவில் காட்டின. ஆயினும் தடயம் உறுதிப்படுத்துமளவு வலுவானதாக இல்லை.

எனவேதான் சந்திரயான்-1 திட்டத்தில் வி3 எனப்படும் கனிம வள ஆய்வுக் கருவி பொருத்தப்பட்டது. இது சிறப்பு வகை நிறமாலை அளவி ஆகும். இதனால் 2.8 மைக்கிரான் அலைநீளத்தைத் துல்லியமாக அளக்க இயலும். இந்த 2.8 மைக்கிரான் அலை நீள மின் காந்த அலைகள்தாம் நீரின் முத்திரை, கைரேகை.

புல்லின் இதழ் பச்சை நிறத்தில் ஏன் புலப்படுகிறது? ஏனெனில் சூரியனின் வானவில் நிறக்கலவை ஒளி புல்லின் மீது படியும்போது பச்சை தவிர ஏனைய நிறங்கள் புல்லினால் உட்கவரப்படுகிறது. பச்சை மட்டும் பிரதிபலிக்கப்படுகிறது. அதுபோல நீரின் மீது

சூரிய ஒளி மற்றும் சூரிய மின்காந்த அலைகள் படரும்போது, அகச் சிவப்புக் கதிர் வகையான 2.8 மைக்கிரான் அலை நீள மின்காந்த அலைகள் நீரினால் உட்கவரப்பட்டுவிடும். எனவே பிரதிபலிக்கும் மின்காந்த அலைகள் (ஒளி முதலியவற்றில்) 2.8 மைக்கிரான் அலைகள் தென்படாது.

M3 கருவி நிலவின் தரைப் பரப்பிலிருந்து பிரதிபலிக்கப்படும் சூரிய ஒளி மற்றும் மின்காந்த அலைகளைப் பகுத்து ஆராயும். இவ்வாறு பகுத்து ஆராயும்போது எங்கிருந்து எல்லாம் 2.8 மைக்கிரான் அலை நீளம் பிரதிபலிக்கப்படுகிறது, எங்கிருந்தெல்லாம் பிரதிபலிக்கப்படுவதில்லை என்பதைத் துல்லியமாக கணக்கிடும். எங்கிருந்து எல்லாம் 2.8 மைக்கிரான் அலை நீளம் இல்லையோ அங்கு நீர் மூலக்கூறு செறிவு உள்ளது என விளங்கிக் கொள்ளலாம்.

பல மாதம் நிலவைச் சுற்றிச் சுற்றிப் பறந்த சந்திரயான்-1 வி3 வழி நிலவைப் பகுத்து ஆராய்ந்தது. நிலவின் நாலாபக்கமும் மேல் மண்ணின் ஒரு சில மில்லிமீட்டர் ஆழத்தில் நீர்ப்பசை புலப்பட்டது. இதுதான் விஞ்ஞானிகளை வியப்பில் ஆழ்த்திய விசயம். ஒரு சில கிலோ நிலவு மண்ணைப் பிழிந்தால் ஒரு தேக்கரண்டி நீர் எடுக்கலாம் அவ்வளவுதான். ஆனாலும் இது நிலவு முழுக்கப் பரவிக் கிடந்ததுதான் எதிர்பார்க்காத ஒன்று.

பழுதடைந்த சந்திரயான்

பல ஆண்டு காலம் செயல்புரிந்து இயங்கும் என கருதப்பட்ட சந்திரயான்1 கலம் மொத்தம் 312 நாட்கள்தாம் செயல்பட்டது. அக்டோபர் 2008ல் ஏவப்பட்ட இந்தக் கலம் ஏப்ரல் 26, 2009 முதல் சிக்கலைச் சந்தித்தது. விண்மீன் உணர்வி எனப்படும் Star Sensor பழுதடைந்தது. இந்த உணர்வுதான் கலத்தின் கண். இந்த உணர்வி சில முக்கிய விண்மீன்கள்பால் திரும்பி கலத்தை நேர்வரிசையில் அமைக்க உதவும். அவ்வாறு விண்வெளியில் சரியான திசையில் துல்லியமாகத் தனது காமிராக்களை இயக்க இந்த உணர்வி உதவும். அத்தகைய உணர்வியில் ஒன்று செயலிழந்தது. சந்திரயானின் செயல்பாட்டிற்குக் குந்தகம் விளைவித்தது.

'பட்ட காலிலேயே படும்' என்பது போல, மே 16 அன்று சூரியனிலிருந்து வெளிப்பட்ட மிகு அதிக சூரியக் கதிர்களினால் தாக்கப்பட்ட சந்திரயானின் கருவிகள் சில பழுதுபட்டன.

ஏற்கனவே கணித்ததைவிட மிகு அதிக வெப்பத்தில் சந்திரயான் பல சிக்கல்களை சந்தித்தது. இறுதியாக 29 ஆகஸ்டு 2009 அன்று திடீர் என சந்திரயானுடன் இருந்த தொலைத்தொடர்பு துண்டிக்கப்பட்டது. அதன் காரணமாக புவியிலிருந்து தொலை கட்டுப்பாடு (Remote Control) செய்து துல்லியமாக சந்திரயானை இயக்குவது தடைப்பட்டது. மேலும் சுமார் 1000 நாட்கள் நிலவைச் சுற்றி சந்திரயான் நிலவில் மோதி அழிந்துவிடும் என விஞ்ஞானிகள் கணித்துள்ளனர்.

சந்திரயான் சாதனைகள்

சுமார் 300 நாட்கள் இயங்கி சந்திரயான் நிலவை சுமார் 3000 முறை சுற்றி வந்தது. 70,000 புகைப்படங்களை எடுத்து ஆராய்ந்துள்ளது. நிலவின் மேற்பரப்பைப் பகுத்து ஆராய்ந்து வி3 மற்றும் கனிம வள ஆய்வுக் கருவிகள் ஒரு காலத்தில் நிலவுப் பரப்பு முழுமையும் உருகிய லாவா குழம்பால் படிந்திருந்தது என்பதை உறுதிப்படுத்தியுள்ளது. எனவே நிலவு தோன்றியபின் முற்றிலும் உருகிய, இளகிய குழம்பு நிலையில் இருந்தது. பின்னரே குளிர்ந்து நிலவாகத் திரண்டுள்ளது என்ற அறிவியல் கருத்து சந்திரயானின் ஆய்வுகளின்வழி உறுதிப்படுத்தப்பட்டுள்ளது.

ஜிவிசி எனப்படும் நிலவுப் பரப்பைப் படம் எடுக்கும் முயற்சி வெற்றி பெற்றுள்ளது. நிலவின் 70% பகுதி ஜிவிசி கேமிரா வழி புகைப்படம் எடுக்கப்பட்டுள்ளது. இதுவரை நிலவை ஆராய்ந்த விண்கலங்கள் சுமார் 100 மீட்டர் அளவில் மட்டுமே படம் பிடித்திருக்கின்றன. ஆனால் சந்திரயான் 5 மீட்டர் அளவில் படம் பிடித்து நிலவின் நுணுக்க அமைப்புகளைக் குறித்து நமக்குத் தெளிவான படத்தை அளித்துள்ளது.

CIXS எனப்படும் எக்ஸ்ரே கேமிரா நிலவில் டைட்டானியம், அலுமினியம், மேங்கனீசு, சில்லிகான் முதலியன உள்ளதை உறுதிப்படுத்தியுள்ளதோடு எங்கெல்லாம் என்னென்ன கனிம வளங்கள் செறிந்துள்ளன என்பதையும் வெளிக்காட்டியுள்ளது.

இதுவரை நிலவில் கிண்ணக்குழிகள் மட்டுமே நிரம்பி உள்ள தரைப்பரப்பு என்ற கருத்தினை மாற்றிச் சிறுசிறு குன்றுகளை - மேடுகளை ஜிவிசி கேமிரா வெளிப்படுத்தியுள்ளது விஞ்ஞானிகளை வியப்புற வைத்துள்ளது.

அதுமட்டுமல்ல, இதுவரை நிலவில் கால்பதித்து நடந்த ஆறு அப்போலோ தரை இறங்கிய பகுதிகளை சந்திரயான் மிகத் துல்லியமாக ஆராய்ந்து படமெடுத்துள்ளது. அப்போலோ திட்டத்தில் அப்பகுதியில் தரை இறங்கிய விண்வெளி வீரர்கள் இந்தப் பகுதி குறித்துப் பல படங்கள் எடுத்து ஆராய்ந்துள்ளனர். 40 ஆண்டுகளுக்கு முன்பு நடந்த இந்த ஆய்வையும் - சந்திரயானின் தரவுகளையும் ஒப்பிட்டுப் பார்க்க இயலும். இடைப்பட்ட காலத்தில் நிலவில் ஏற்பட்டுள்ள மாற்றங்கள் முதலியவற்றை இதன்வழி அறியலாம். அதுமட்டுமல்ல, சந்திரயானின் கருவிகள் சரியாக இயங்குகின்றனவா, பிசகு என்ன என்பதையும் குறித்து ஒப்பிட்டுப் பார்த்து அறிந்து கொள்ளலாம்.

இதற்கெல்லாம் சிகரம் வைத்தது போல சந்திரயான் நிகழ்த்திய கண்டுபிடிப்பே நிலவில் நீர்!

உள்ளபடியே இன்னமும் சந்திரயானின் தரவுகள் முழுமையாக வகுத்து ஆராயப்படவில்லை. முழுமையான தரவுகளை அடுக்கிச் சீர்செய்து ஆராயப் பல ஆண்டு காலம் பிடிக்கும்.

அது மட்டுமல்ல, நிலவின் நீர்பசையை ஆராய்ந்த விஞ்ஞானிகள் மேலும் ஒரு வியப்பான உண்மையைக் கண்டனர். நிலவின் ஒரு நாள் என்பது சுமார் ஒரு மாத காலம் என நாம் அறிவோம். அதிகாலை நேரத்தில் மிகு உயர்வாக ஈரப்பசை புலப்பட்ட சமயத்தில் உச்சி வெயிலில் ஈரப்பசை காணாமல் போனது. நிலவு நீர்ப்பசை சூரியனது பகல் இரவு இயக்கத்திற்கு ஏற்ப கூடியும் குறைந்தும் வந்தது. எனவே இந்த நீர்ப்பசை வால் நட்சத்திரம் எடுத்துவந்த நீர் அல்ல என்பது தெளிவாகப் புலனாகியது. அப்படி என்றால் இந்த நீர் எங்கிருந்து வந்தது?

சூரிய ஒலி அதாவது சூரியக் காற்று *(Solar Wind)* உள்ளபடியே ஹைட்ரஜன் அயனி செறிவானது ஆகும். நிலவின் மேல் மண் ஆக்சிஜன் செறிவானது. அதிகாலைப் பொழுதில் சூரிய ஒளி படர் ஹைட்ரஜன் அயன்கள் ஆக்சிஜன் செறிவான மணலில் பாய்ந்து படரும்போது ஹைட்ரஜன் மற்றும் ஆக்சிஜன் பிணைந்து நீர் உருவாகிறது என விஞ்ஞானிகள் கருத்துத் தெரிவித்துள்ளனர். உச்சிவெயிலில் சூரிய ஆற்றலில் இந்த நீர் மூலக்கூறு உடைந்து சிதைந்து விடுகிறது எனவும் விளக்கம் அளித்துள்ளனர். உள்ளபடியே இது எவரும் எதிர்பார்க்காத அறிவியல் கண்டுபிடிப்பு ஆம்

சந்திரயான்-1 மிகப் பெரும் அறிவியல் சாதனையை நிகழ்த்தி உள்ளது என பெருமிதம் கொள்வதில் எந்த சந்தேகமும் இல்லை.

நிலவில் சூரியனது ஓதையின் விளைவாக நீர் உருவாக்க இயலும். நிலவின் மண்ணிலிருந்து எளிதாக ஆக்சிஜன் தயாரிக்க முடியும் என்பதால் செயற்கைக் குடியிருப்புகளை நிலவில் அமைக்கும் வாய்ப்பு அதிகரிக்கிறது என நிபுணர்கள் கருத்து தெரிவிக்கின்றனர். நிலவின் நீர்ப்பசை, நிலவின் மேல் மணலில் 0.1% முதல் -0.1% மட்டுமே என்றாலும் இந்த நீரைப் பிரித்து எடுக்க இயலும்.

எனினும் இந்தக் கண்டுபிடிப்பு என்பது நிலவின் துருவப் பகுதியில் பனிக்கட்டி என்ற தேடலுக்கு முற்றுப்புள்ளி வைக்கவில்லை என்பதையும் கவனத்தில் நிறுத்த வேண்டும். இத்தேடல் தொடரும். அடுத்த நிலவு ஆய்வுக் கலங்கள் இந்த ஆய்வை மேற்கொள்ளும்.

இதுவரை நிலவை அடைந்துள்ள விண்கலங்கள்

வ.எண்	தேதி	பெயர்	நாடு	சாதனை
1.	2 ஜனவரி 1959	லூனா-1	சோவியத் யூனியன்	நிலவின் அருகே பறந்த முதல் விண்கலம். நிலவின் காந்தப்புலத்தைக் கண்டது.
2.	3 மார்ச் 1959	பயோனிர் 4	அமெரிக்கா	60000 கி.மீ தொலைவில் நிலவின் அருகே பறந்தது. கதிர்வீச்சுப் புலத்தைக் கண்டுபிடித்தது.
3.	12 செப். 1959	லூனா-2	சோவியத்	நிலவைத் தொட்ட முதல் கலம். காந்தப் புல ஆய்வு
4.	4 அக். 1959	லூனா-3	சோவியத்	நிலவின் மறுபுறம் பறந்த முதல் கோள். புகைப்படம்
5.	23 ஆகஸ்டு 1961	ரேஞ்சர்-1	அமெரிக்கா	சோதனை தோல்வி
6.	18 நவம்பர் 1961	ரேஞ்சர்-2	அமெரிக்கா	சோதனை தோல்வி
7.	26 ஜனவரி 1962	ரேஞ்சர்-3	அமெரிக்கா	நிலவினை எட்ட முடியவில்லை. 36793 கி.மீ தொலைவில் பாதை விலகியது.
8.	23 ஏப்ரல் 1962	ரேஞ்சர்-4	அமெரிக்கா	நிலவின் மறுபுறம் மோதி செயலிழந்தது.
9.	18 அக். 1962	ரேஞ்சர்-5	அமெரிக்கா	நிலவை எட்ட முடியாமல் தோல்வி. 724 கி.மீ தொலைவில் பாதை விலகியது.

10.	2 ஏப்ரல் 1963	லூனா-4	சோவியத்	நிலவினை எட்ட முடியவில்லை. 8500 கி.மீ தொலைவில் பாதை விலகியது.
11.	30 ஜனவரி 1964	ரேஞ்சர்-6	அமெரிக்கா	மோதி அடைந்தது. தொலைக்காட்சிக் கருவி செயலிழந்தது.
12	29 ஜூலை 1964	ரேஞ்சர்-7	அமெரிக்கா	மோதல் முறையில் நிலவை அடைந்தது. முதல் அருகாமைப் புகைப்படம்.
13.	17 பிப்ரவரி 1965	ரேஞ்சர்-8	அமெரிக்கா	மோதல் முறையில் நிலவை அடைந்தது. அருகாமை TV புகைப்படம்
14.	9 மே 1965	லூனா-5	சோவியத்	நிலவில் மோதியது.
15.	8 ஜூன் 1965	லூனா-6	சோவியத்	நிலவை எட்ட முடியவில்லை. 1,60,000 கி.மீ-ல் பாதை தவறியது.
16.	18 ஜூலை 1965	சோண்டு-3	சோவியத்	நிலவின் மறுபுற புகைப்படம்
17.	4 அக். 1965	லூனா-7	சோவியத்	நிலவில் மோதியது.
18.	21 மார்ச் 1965	ரேஞ்சர்-9	அமெரிக்கா	மோதல் முறையில் நிலவை அடைந்தது. TV புகைப்படம்.
19.	3 டிசம்பர் 1965	லூனா-8	சோவியத்	நிலவில் மோதியது.
20.	31 ஜனவரி 1966	லூனா-9	சோவியத்	நிலவினை முத்தமிட்டபடி மென்மையாகத் தரையிறங்கியது. TV புகைப்படம். நாற்புறமும் புகைப்படம் எடுத்த முதல் விண்கலம்.

21.	31 மார்ச் 1966	லூனா-10.	சோவியத்	நிலவை வலம் வந்த முதல் செயற்கைக் கோள். காமாரே கருவி, ஈர்ப்பு சக்தி அளவி.
22.	30 மே 1966	சர்வேயர்-1	அமெரிக்கா	நிலவில் தரையிறங்கிய கலம். மண் ஆய்வு
23.	10 ஆகஸ்டு 1966	லூனா ஆர்பிடர்-1	அமெரிக்கா	சிறுசிறு விண்கல், மண் ஆய்வு; எக்ஸ்ரே ஆய்வு; ஈர்ப்பு சக்தி ஆய்வு.
24.	24 ஆகஸ்டு 1966	லூனா-11	சோவியத்	செயற்கைக்கோள்; சிறு விண்கல் மழை ஆய்வு, எக்ஸ்ரே ஆய்வு; ஈர்ப்பு சக்தி ஆய்வு
25.	22 அக். 1966	லூனா-12	சோவியத்	செயற்கைக்கோள். தொலைக்காட்சி புகைப்படம்.
26.	6 நவம்பர் 1966	லூனா ஆர்பிடர்-2	சோவியத்	தொலைக்காட்சிப் புகைப்படம், கதிரியக்க ஆய்வு.
27.	21 டிசம்பர் 1966	லூனா-13	சோவியத்	நிலவில் இறங்கிய கலம். மண் பரிசோதனை, தொலைக்காட்சி புகைப்படம்.
28.	5 பிப்ரவரி 1967	லூனா ஆர்பிடர்-3	சோவியத்	புகைப்பட ஆய்வு.
29.	17 ஏப்ரல் 1967	சர்வேயர்-3	அமெரிக்கா	தரையிறங்கிய கலம். மண் பரிசோதனை.
30.	4 மே 1967	லூனா ஆர்பிடர்-4	அமெரிக்கா	தொலைக்காட்சிப் புகைப்படம், சிறு விண்கல்/எரி நட்சத்திர ஆய்வு.
31.	19 ஜூலை 1967	எக்ஸ்புளோரர்-35	அமெரிக்கா	செயற்கைக்கோள், பிளாஸ்மா ஆய்வு
32.	1 ஆகஸ்டு 1967	லூனா ஆர்பிடர்-5	அமெரிக்கா	தொலைக்காட்சிப் புகைப்படம்.

33.	8 செப். 1967	சர்வேயர்-5	அமெரிக்கா	தரையிறங்கிய கலம் வேதி ஆய்வு.
34.	7 நவம்பர் 1967	சர்வேயர்-6	அமெரிக்கா	தரையிறங்கிய கலம் வேதி ஆய்வு.
35.	7 ஜனவரி 1968	சர்வேயர்-7	அமெரிக்கா	தரையிறங்கிய கலம் வேதி ஆய்வு.
36.	7 ஏப்ரல் 1968	லூனா-14	சோவியத்	செயற்கைக்கோள். காமா நிறமாலை ஆய்வு, காந்தபுல ஆய்வு.
37.	14 செப். 1968	சோண்டு-5	சோவியத்	நிலவைச் சுற்றிப் பறந்து மறுபுற புவி அடைந்த முதல் கலம்.
38.	10 நவம்பர் 1968	சோண்டு-6	சோவியத்	நிலவை சுற்றிப் பறந்து மறுபுற புவி அடைந்த கலம்.
39.	21 டிசம்பர் 1968	அப்போலோ-8	அமெரிக்கா	நிலவைச் சுற்றிப் பறந்த முதல் மனிதர்கள்.
40.	18 மே 1969	அப்போலோ-10	அமெரிக்கா	நிலவின் அருகே விண்கலம் விட்டு விண்கலம் மாறிய சாதனை,
41.	13 ஜூலை 1969	லூனா-15	சோவியத்	தோல்வி அடைந்த ரோபோ இயந்திர விண்கலம்,
42.	16 ஜூலை 1969	அப்போலோ-11	அமெரிக்கா	(20 ஜூலை) நிலவை அடைந்த முதல் மனிதன்.
43.	6 ஆகஸ்டு 1969	சோண்டு-7	சோவியத்	நிலவின் அருகே பறந்து புவி அடைந்த கோள்.
44.	14 நவம்பர் 1969	அப்போலோ-12	அமெரிக்கா	நிலவில் கால் பதித்த மனிதர்கள்.

45.	11 ஏப்ரல் 1970	அப்போலோ-13	அமெரிக்கா	தோல்வி அடைந்த நிலவுப் பயணம்
46.	12 செப். 1970	லூனா-16	சோவியத்	இயந்திர விண்கலம். மணல் மாதிரி சேகரித்துப் புவி திரும்பியது
47.	20 அக். 1970	சோண்டு-8	சோவியத்	நிலவின் அருகே பறந்து புவி திரும்பிய கோள்
48.	10 நவம்பர் 1970	லூனா-17	சோவியத்	நிலவுகள்-லூனா கோட்
49.	31 ஜனவரி 1971	அப்போலோ-14	அமெரிக்கா	மனிதப் பயணம்
50.	26 ஜூலை 1971	அப்போலோ-15	அமெரிக்கா	மனிதப் பயணம்
51.	2 செப். 1971	லூனா-18	சோவியத்	தோல்வி அடைந்த மண்மாதிரி எடுத்து வரும் கலம்
52.	28 செப். 1971	லூனா-19	சோவியத்	நிலவை வலம் வந்த கலம்
53.	14 பிப்ரவரி 1972	லூனா-20	சோவியத்	இயந்திர கலம். மண்மாதிரி எடுத்து புவி திரும்பிய கலம்.
54.	16 ஏப்ரல் 1972	அப்போலோ-16	அமெரிக்கா	மனிதப் பயணம்.
55.	7 டிசம்பர் 1972	அப்போலோ-17	அமெரிக்கா	மனிதப் பயணம், நிலவியலாளர் பயணம் லூனா
56.	8 ஜனவரி 1973	லூனா-21	சோவியத்	கோட்-2 இயந்திர கார்
57.	10 ஜனவரி 1973	எக்பிளோரர்-49	அமெரிக்கா	நிலவுப் பாதையிலிருந்து விண்வெளி ஆய்வு
58.	29 மே 1974	லூனா-22	சோவியத்	நிலவு செயற்கைக்கோள்

59.	28 அக். 1974	லூனா-23	சோவியத்	மண்மாதிரி சேகரித்துத் திரும்பும் கலம். தோல்வி அடைந்தது.
60.	9 ஆகஸ்ட் 1976	லூனா-24	சோவியத்	மண்மாதிரி சேகரித்துப் புவி திரும்பிய கலம்.
இரண்டாம் தேன்நிலவு				
1.	24 ஜனவரி 1990	ஹிடேன்	ஜப்பான்	நிலவின் அருகே பறந்து நிலவைச் சுற்றிய கோள்
2.	25 ஜனவரி 1994	கிளெமைன்டைன்	அமெரிக்கா	நிலவைப் புகைப்படம் எடுத்த செயற்கைக் கோள். பல்வேறு அலை நீளங்களில் புகைப்படம் எடுத்தது.
3.	6 ஜனவரி 1998	லூனார்	பிரஸ்பெக்டர்	அமெரிக்கா காமா நியூட்ரான் நிறமாலைமானி.
4.	செப். 2003	SMART-1	ஐரோப்பிய விண்வெளித் துறை	நிறமாலைமானி தொலை உணர்வு ஆய்வு.
5.	2005	லூனார்-A	ஜப்பான்	நிலவின் வெப்ப உமிழ்வு ஆய்வு.
6.	2005	செலின் (ககுயா)	ஜப்பான்	நிலவின் வரைபடம். காந்தப்புல ஆய்வு.
7.	2007	சாங்கே	சீனா	நிலவை அடைந்து வலம் வந்தது. 16 மாத இயக்கத்திற்குப் பிறகு நிலவில் மோதியது

* 9 7 8 9 3 8 4 4 2 1 1 8 2 *

FCW - #0091 - 061026 - C0 - 216/140/10 - PB - 9789384421182 - Matt Lamination